निर्भय तेनालीराम

मंजूषा आमडेकर

हे पुस्तक

माझं आहे.

....

....

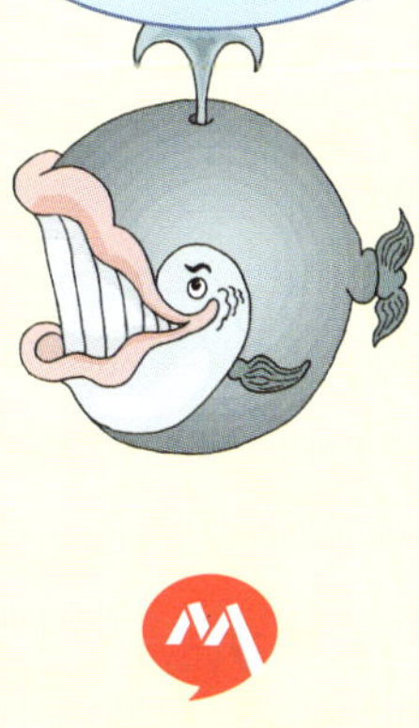

मेहता पब्लिशिंग हाऊस

NIRBHAY TENALIRAM
by Manjusha Amdekar

निर्भय तेनालीराम / बालसाहित्य
मंजूषा आमडेकर

प्रकाशक : सुनील अनिल मेहता
मेहता पब्लिशिंग हाऊस,
१९४१, सदाशिव पेठ,
माडीवाले कॉलनी, पुणे – ४११०३०.
✆ ०२०-२४४७६९२४
E-mail : author@mehtapublishinghouse.com
Website : www.mehtapublishinghouse.com

मुद्रक : पार्कसन्स ग्राफिक्स,
१५, शहा इंडस्ट्रिअल इस्टेट, वीरा देसाई रोड,
अंधेरी (प.), मुंबई – ४०००५३.

प्रथमावृत्ती : मार्च, २००८
द्वितीयावृत्ती : ऑगस्ट, २०१४
तृतीयावृत्ती : ऑक्टोबर, २०२०

मुखपृष्ठ व आतील चित्रे : घनश्याम देशमुख

किंमत : ₹ १९५

P Book ISBN 9788177669350

अनुक्रम

देवीला हसवलं

तेनालीराम लहानपणी फारच वात्रट आणि खोडकर होता. पण त्याच्या खोड्यांमधूनही त्याच्या बुध्दीची चमक दिसायची.

एकदा त्याच्या गावातून एक संन्यासी चाललेला होता. त्याने तेनालीरामला काहीतरी खोडसाळपणा करताना पाहिलं. पण त्याच्या लक्षात आलं की हा मुलगा साधासुधा नाही, चांगला हुशार आहे. पण असाच वागत राहिला तर सगळी हुशारी वाया जाईल.

तो तेनालीरामजवळ येऊन म्हणाला, ‘‘बाळ, तुझा सगळा वेळ असाच जातो का?’’

तेनालीराम म्हणाला, ‘‘हो. मग दुसरं काय करणार?’’

‘‘मी सांगेन ते करशील? त्यानं तुझं भलं होईल बघ.’’

‘‘सांगा की, नक्की करीन.’’

‘‘मी सांगेन तो मंत्र कालीमातेपुढे बसून रात्रभर म्हणायचा. एक क्षणही झोपायचं नाही.’’

‘‘त्यानं काय होईल?’’

‘‘त्यामुळे देवी प्रसन्न होऊन तुला वर देईल. मग तू मोठेपणी खूप मोठा प्रसिद्ध माणूस होशील. तुला लोक मान देतील. पैसे देतील.’’

हे ऐकून तेनालीरामने आनंदाने त्या संन्याशाकडून मंत्र घेतला. रात्रभर निष्ठेने देवीपुढे बसून जप केला. त्याची भक्ती पाहून त्याच्यापुढे देवी प्रगट झाली.

देवीला एक हजार तोंडं होती आणि हात मात्र दोनच होते. तिच्या हातात आयुधं होती. चेहरा उग्र होता. आता खरं तर हे भयंकर रूप बघून कुणाचीही बोबडी वळली असती. पण तेनालीराम? तो देवीला साष्टांग नमस्कार घालून खो-खो हसतच सुटला. अक्षरश: गडाबडा लोळायला लागला.

देवीला कळेचना काय झालं ते! गोंधळून ती म्हणाली, ‘‘बाळ काय झालं? एवढा का हसतोयस?’’

तो म्हणाला, ''देवीमाते, मी सांगतो. पण तू रागावू नकोस, तू माझी आई ना? मग माझ्यावर रागवायचं नाही.''

देवी उत्सुकतेने म्हणाली, ''नाही बरं रागावणार. सांग तर खरं!''

तो म्हणाला, ''आई, मला एकच तोंड आहे. नाकही एकच आहे. पण त्या नाकाला सर्दी झाल्यावर ते पुसता पुसता दोन्ही हातांची तारांबळ उडते. तुला तर एक हजार तोंडं! एक हजार नाकं! पण हात मात्र दोनच. मग हजार नाकांना सर्दी झाल्यावर तुझी किती धांदल उडत असेल या विचारानंच मला हसू येतंय.''

हे ऐकून देवीलाही हसू आवरेनासं झालं. ती म्हणाली, ''बाळ तुझी विनोदबुद्धी मला खूपच आवडली. तू तुझ्या या गुणामुळेच नाव, मान, पैसा मिळवशील असा माझा तुला आशिर्वाद आहे. लोक तुला ''विकटकवी'' म्हणून ओळखतील.''

''विकटकवी? अरेच्चा! किती मजेशीर नाव आहे!'' तेनालीराम म्हणाला।

''त्यात काय मजेशीर आहे?'' देवीनं विचारलं.

तो म्हणाला, ''अगं आई. हे नाव उलट सुलट कसंही वाचलं तरी अक्षरात काही बदल नाही होत. उच्चारही तोच होतो.''

हे ऐकून देवी पुन्हा खुदकन् हसली. प्रेमाने त्याच्या डोक्यावरून हात फिरवून अदृश्य झाली. मोठा झाल्यावर देवीचा हा आशिर्वाद अक्षरशः खरा ठरला!

खरं सौंदर्य

राजा कृष्णदेवरायची बरेच दिवसांपासून एक इच्छा होती. त्याला आपलं विजयनगर सुंदर व्हायला हवं होतं. झगमगणारं, लखलखणारं, कलेचा वारसा जपणारं असं हवं होतं.

त्याने मग विशेष योजना बनवल्या. मंत्रीमंडळ कामाला लागलं. असंख्य कारागीर दिवसरात्र खपू लागले. लाखो रूपये खर्च केले गेले.

एक दिवस त्याचं हे स्वप्न साकार झालं. त्याला हवं होतं ते रूप विजयनगरला देण्यात आलं. राजा अतिशय खूष झाला. राजाने मंत्रीमंडळासह नगरात फेरफटका मारला. कौतुकाने सगळं नगर न्याहाळलं. मग त्याला वाटलं की हा आनंद साजरा केलाच पाहिजे.

त्याने राज्यभर उत्सव साजरा करायचे आदेश दिले. नगर सजवलं गेलं. रोषणाई, नृत्य, गायन, वादन, मेजवान्या सगळीकडे सोहळाच सुरू झाला.

अगदी आनंदी आनंद. राजाने स्वत: दरबाऱ्यांना बक्षिसं दिली. मेजवानी दिली.

या सगळ्या गोंधळात एकटा तेनालीरामच गप्प गप्प होता. बाकीचे मंत्री चढाओढीने राजाची खुशामत करत होते.

पण तेनालीरामला गप्प बघून कुणीतरी म्हणालंच, ''महाराज, तेनालीरामला आनंद झालेला दिसत नाही. आपण एवढे कष्ट घेऊन नगर सुंदर बनवलंत पण त्याचं काहीच कौतुक दिसत नाही याला.''

झालं!

राजा नाराज होऊन म्हणाला, ''काय तेनाली? मी हे काय ऐकतोय? खरं आहे का हे? तुला विजयनगर सुंदर झाल्याबद्दल काहीच आनंद झाला नाही का?''

तेनालीराम म्हणाला, ''असं नाही महाराज, आपलं नगर फारच सुंदर झालेलं आहे यात काही शंकाच नाही. पण...''

''आता हा कसला पण काढलास?'' राजाच्या कपाळावर आठ्या आल्या.

तेनालीराम म्हणाला, ''पण महाराज, खरं सौंदर्य यापेक्षा वेगळं असतं माझ्या मते.''

''यापेक्षा वेगळं? कुठं आहे मग ते? आम्हाला दाखव बरं!'' राजा आश्चर्याने म्हणाला.

तेनालीराम म्हणाला, ''पण त्याकरता तुम्हाला माझ्याबरोबर बाहेर यावं लागेल.''

राजा तयार होऊन तेनालीराम बरोबर बाहेर पडला. तेनालीराम राजाला गावाबाहेर एका वस्तीजवळ घेऊन गेला. तिथल्या सगळ्या छोट्या छोट्या झोपड्यांमधून पुष्कळ गरीब लोक राहात होते.

राजानं विचारलं, ''तेनालीराम कोण लोक आहेत हे? आणि इथे काय सुंदर आहे?''

तेनालीराम म्हणाला, ''महाराज, ज्यांनी अहोरात्र कष्ट करून आपलं नगर सुंदर बनवलं ते कारागीर, मजूर इथे राहतात.''

तेवढ्यात राजाला बघून ते सगळे लोक तिथे धावत गोळा झाले. त्यांनी राजाकडे खूप तक्रारी केल्या.

त्या लोकांना कामाचा नीट मोबदला मिळाला नव्हता. खायला पुरेसं अन्न नव्हतं, चांगलं पाणी नव्हतं. अंगभर कपडे नव्हते. सगळीकडे घाण होती.

राजाने तिथल्या तिथे ताबडतोब मंत्रिमंडळाला या तक्रारींचं निवारण करण्याचे आदेश दिले. ते ऐकून सगळ्या कारागिरांनी आनंदाने जल्लोष केला. राजाचा जयजयकार केला.

तेनालीराम म्हणाला, ''महाराज, पाहिलंत? या लोकांच्या चेहऱ्यावरचा आनंद आणि आपल्याबद्दलचा आदरभाव, यापेक्षा सुंदर काय असू शकतं?''

महाराज हसत हसत म्हणाले, ''खरं आहे तेनाली. पटलं आम्हाला. **खरं सौंदर्य** हेच आहे.''

कवितेचं रसग्रहण

राजा कृष्णदेवरायला गुणांची, कलेची चांगलीच पारख होती. तो नेहमीच विद्वान, कलाकार आणि गुणीजनांचा आदरसत्कार करीत असे. पण तो स्वत:ही काही कमी नव्हता. त्याने स्वत:ही कितीतरी काव्ये रचली होती.

एकदा तो दरबारात मंडळींना म्हणाला, ''आपण सर्वांनी माझी काव्यसंपदा वाचली आहे. पण त्यातल्या गुणदोषांची चर्चा होत नाही, याची मला खंत आहे. माझी आपणा सर्वांना विनंती आहे की, आपण माझ्या काव्याचे रसग्रहण करावे.''

हे ऐकताच सगळे चिडीचूप झाले. कुणीच काही बोलेना. 'समजा, अगदी दोष आढळले असले तरी राजापुढे बोलायची कुणाची टाप होती?' सगळेजण एकमेकांकडे बघत गप्प बसून राहिले.

ते पाहून राजा म्हणाला, ''जो कोणी माझ्या काव्याचे रसग्रहण करून त्यातले दोष दाखवून देईल त्याला मी हा रत्नहार बक्षीस देईन.''

त्यावर झटकन उठून तेनालीराम म्हणाला, ''महाराज. बक्षीस तर आपण मला द्यालच. त्याबद्दल खात्री आहे. पण आपण मला अभयही द्या. अभय देत असाल तर मी आपल्या काव्यातला दोष सांगेन.''

''पण अभय कशाबद्दल?''

''आपण रागावणार नाही असं वचन द्या.''

“बरं बरं, नाही रागावणार. काय दोष दिसले तुला आमच्या काव्यात?” राजाने उत्सुकतेनं विचारलं.

“महाराज, काही ठिकाणी आपल्याला नेमकं काय म्हणायचं आहे तेच कळत नाही.” तेनालीराम म्हणाला.

“छे! असं कसं होईल?” राजा वैतागून म्हणाला.

“महाराज मी उदाहरण दिलं तर चालेल का?”

“सांग बरं.”

तेनालीराम म्हणाला, “महाराज, एका कवितेत आपण एका अतिथीला म्हणत आहात की “माझ्या घरात धान्य नाही, दूध-भाजीपाला नाही. तरीही आपण भोजन केल्याशिवाय जाऊ नये. आता जर घरात काहीच शिल्लक नसेल तर बिचाऱ्या अतिथीने भोजन कसं करावं?”

हे ऐकून राजाचा राग तर कुठल्याकुठे पळालाच. पण त्याला हसूही आवरेना. त्याने मोठ्या मनाने आपला दोष मान्य केला.

तेनालीरामच्या स्पष्टवक्तेपणाबद्दल त्याचे कौतुक केले. त्याला रत्नहारही बक्षीस दिला.

फुलाचा संदेश

एका सुंदर सकाळी राजा आपल्या मंत्रीमंडळाबरोबर उद्यानात फिरत होता. गप्पागोष्टी रंगात आल्या होत्या. बरीचशी मंडळी राजाच्या पुढे पुढे करून त्याच्या हो ला हो करण्यात धन्यता मानणारी होती. राजाची स्तुती करण्याची तर जणू काही चढाओढच लागलेली असायची.

एकाएकी राजा थांबला. एका सुंदर गुलाबाच्या टपोऱ्या फुलावर त्याची नजर खिळून राहिली होती. ते बघून संधीसाधू लोकांनी त्या फुलाची स्तुती सुरू केली.

विचार करत राजा म्हणाला, ''हे फूल काहीतरी संदेश देत असल्यासारखं हसतंय असं वाटतंय मला. काय म्हणत असेल बरं ते?''

त्यावर ताबडतोब प्रधानजी म्हणाले, ''महाराज, ते म्हणतंय राजा कृष्णदेवराय सारखा प्रजाहितदक्ष राजा दुसरा कुणीही नाही.''

सेनापती पुढे होऊन म्हणाला, ''महाराज मला वाटतं, ते आपल्या शौर्याला हसून अभिवादन करतंय, मान वाकवून.''

राजगुरू म्हणाले, ''महाराज मला असं वाटतं, हे फूल हसून जगाला सांगतंय, 'आपल्यासारखा धर्मपरायण राजा क्वचितच जन्माला येतो. आपण धर्माचे रक्षणकर्ते आहात.''

अशा प्रकारे सर्वजण काही ना काही सांगून राजाची स्तुतीच करत होते. पण राजाचं समाधान होत नव्हतं. त्याने शोधक नजरेने सगळीकडे पाहिलं. पण तेनाली कुठे दिसेना. त्याला त्याचं मत हवं होतं. कारण तो खरं ते स्पष्टपणानं बोलणारा होता. निर्भीड होता.

तेवढ्यात तेनाली पुढे आला. शांतपणे सगळं बोलणं ऐकत होता. राजाने त्याला आपला प्रश्न विचारला.

तेनालीराम म्हणाला, ''महाराज मी सांगतो ते फूल काय म्हणतंय ते. पण आपण अभय देत असाल तरच.''

राजा हसून म्हणाला, ''तेनाली, आम्ही रागावणार नाही, तू मोकळेपणाने बोल.''

मग तेनालीराम सांगायला लागला, ''महाराज हे फूल हसून म्हणतंय की, फुलणं, आनंद आणि सुगंध देणं हाच आमचा धर्म आहे. आम्हा फुलांच्या सुंदरतेचा आणि सुगंधाचा आस्वाद कुणीही घ्यावा. आम्ही भेदभाव करत नाही. स्त्री-पुरूष,

लहान-मोठे, राजा-रंक आम्हाला सगळे सारखेच. कुणी आमची स्तुती करो वा न करो आम्ही आमचं काम सोडत नाही. आपलं काम मनापासून करायचं सोडून सत्तेपुढे, श्रीमंतीपुढे गोंडा घोळत बसत नाही. लोकांचं काय, फायद्यापुरतं तोंडावर गोड गोड बोलतात आणि पाठीमागे नाकं मुरडतात..''

हे ऐकून मंडळींचे चेहरेच पडले.

राजा मात्र हसायला लागला. त्याने पुढे होऊन ते फूल तोडलं आणि तेनालीरामला भेट दिलं. तो मनापासून म्हणाला, ''तेनाली, फुलाचा खरा संदेश फक्त तूच ओळखलास.''

योग्यतेनुसार अधिकार

गुणाजी रोज सकाळी राजवाड्यात येऊन महाराजांची दाढी करत असे. एके दिवशी तो आला, तेंव्हा राजा अजून झोपलेलाच होता. बराच वेळ तो उठण्याची त्याने वाट पाहिली. मग मात्र कंटाळून त्याने राजाची झोपेतच दाढी करून टाकली. आपल्या कामाला निघून गेला.

थोड्या वेळाने राजा उठला. त्याने सहज आरशात पाहिलं तर त्याला गाल गुळगुळीत दिसले. चौकशी केल्यावर त्याला कळलं की गुणाजी येऊन दाढी करून गेला.

राजाला झोपेत काहीही कळलं नव्हतं. तो गुणाजीचं कसब बघून थक्क झाला. खूष होऊन त्याने त्याला बोलावणं पाठवलं.

गुणाजी घाबरतच आला. तर राजा चक्क खुषीत होता. म्हणाला, ''आम्ही आज तुझ्यावर खूष आहोत. तुला काय हवं ते मागून घे.''

गुणाजी विचार करून म्हणाला, ''महाराज मला मंत्री बनायची इच्छा आहे.''

महाराजांनी त्याला ताबडतोब मंत्रीपद दिलं.

ही बातमी वाऱ्यासारखी पसरली. सगळीकडे सगळे मंत्री कुजबुजायला लागले.

सगळेजण तेनालीरामकडे जाऊन म्हणाले, "आता तुम्हीच मार्ग काढा. हा माणूस सुशिक्षित, सुसंस्कृत नाही. दाढी करणे आणि केस कापणे यापलीकडे याला काहीच येत नाही. असा माणूस आपला मंत्री म्हणून कसा चालेल?"

तेनालीरामने त्यांना दिलासा दिला.

मग एकदा सकाळी सकाळी तेनालीराम एका गाढवाला घेऊन तुंगभद्रा नदीवर गेला. तिथे तो त्या गाढवाला चोळून चोळून आंघोळ घालू लागला. उटणं लावू लागला. ही वेळ राजाची नदीवर फिरायला येण्याची होती. त्याप्रमाणे तो आला. बघतो तर काय! आज तेनालीरामने नवीनच नाटक काढलं होतं.

राजा म्हणाला, ''अरे काय रे तेनालीराम? बरा आहेस ना? हा काय नवीन प्रकार? गाढवाला उटणं लावून आंघोळ घालतात का कुणी?''

तेनालीराम म्हणाला, ''महाराज आजपर्यंत कुणी गाढवाला अशी आंघोळ घातली नव्हती हे खरं आहे. पण मी विचार केला की आपलं राज्य आहे विलक्षण! काय सांगावं, कधी काय घडेल? उद्या अचानक ह्या गाढवाचंही भाग्य फळफळलं आणि ते मंत्री-बिंत्री झालं तर? त्यामुळे आत्तापासूनच त्याला नीटनेटकं ठेवलेलं बरं!''

हे ऐकून राजा चपापला. त्याला एकदम गुणाजीची आठवण झाली. न बोलता तो राजवाड्यावर परत गेला. त्याने गुणाजीचं मंत्रीपद रद्द करून त्याला पुन्हा दाढी करण्याच्या पूर्वीच्याच कामावर नियुक्त केलं.

सगळे मंत्री मनातून तेनालीरामचं कौतुक करायला लागले.

खोटं बोलणं

कृष्णदेवरायांच्या दरबारात दरबारी कामकाजा व्यतिरिक्त इतर अनेक विषयांवर चर्चा होत असत.

एके दिवशी खोटं बोलण्यावरून विषय निघाला. तेव्हा तेनालीराम म्हणाला, ''महाराज प्रत्येक माणूस आयुष्यात कधी ना कधी खोटं बोलतोच. भली भली माणसं सुद्धा वेळप्रसंगी खोटं बोलायला मागे पुढे बघत नाहीत.''

राजा रागावून म्हणाला, ''काय बोलतोस तेनालीराम! मी स्वत: कधीच खोटं बोललेलो नाही. मी राजा आहे. मी खोटं बोलूच शकत नाही. असं सरसकट विधान करून तू माझी सर्वसामान्य माणसांमध्ये गणना करू नकोस.''

राजाला नाराज झालेलं बघून तेनालीराम म्हणाला, ‘‘क्षमा असावी महाराज. मला आपल्याला दुखवायचं नव्हतं. पण मी म्हणतो ते खरं आहे.’’

‘‘असं असेल तर सिद्ध करून दाखव.’’ राजा म्हणाला.

‘‘पण महाराज मला त्याकरता पाच हजार सुवर्णमुद्रा आणि सहा महिन्यांचा कालावधी लागेल,’’ तेनालीराम म्हणाला.

राजाने ही अट मान्य केली.

पाच हजार सुवर्णमुद्रा घेऊन तेनालीराम गेला. सहा महिने तो दरबारात फिरकला सुद्धा नाही.

सहा महिन्यांनंतर एक संन्यासी राजाला भेटायला आला. राजाने त्याचे आदरातिथ्य केले. तो राजाला म्हणाला, ‘‘महाराज कृपया आपण माझ्या घरी आलात तर आपल्याला प्रत्यक्ष भगवंत दर्शन देतील. मी ज्या खोलीत ध्यानधारणा करतो तिथे मला रोज ते भेटतात. फक्त...’’

‘‘फक्त काय?’’ राजाने कुतूहलाने विचारलं.

‘‘महाराज, जो मनुष्य आयुष्यात कधीच खोटं बोलला नसेल त्यालाच भगवंत दर्शन देतात.’’

‘‘असं? चला, पाहूया तर खरं!’’ असं म्हणून राजा, काही मंत्र्यांना घेऊन संन्याशाच्या मठात गेला.

मठ कसला, भव्य वाडाच होता तो. कौतुक करत सगळे आत गेले.

संन्यासी म्हणाला,"चलावं महाराज, देव पहायला." पण राजाने आधी महामंत्र्यांना जाऊन खात्री करायला सांगितलं.

महामंत्री त्या विशिष्ट खोलीत गेले. पहातात तर काय? त्या खोलीत सगळ्या भिंती आरशाच्याच होत्या. त्यामुळे तिथे त्यांना स्वत:चं प्रतिबिंबच दिसलं फक्त. भगवंत नव्हतेच कुठे.

आता काय करायचं? 'दर्शन झालं नाही', म्हणावं तर खोटारडे ठरू आपण, या भीतीपोटी महामंत्री बाहेर येऊन राजाला म्हणाले, "महाराज,अहो कमाल झाली. आत खरंच भगवंत आहेत. त्यांचं ते दिव्य रूप बघून डोळे पाणावले माझे!"

पण तरी महाराजांनी अजून तिघा-चौघांना आत पाठवलं. पण प्रत्येकाच्या बाबतीत तोच प्रकार घडला.

मग राजा स्वत: आत गेला. आत गेल्यावर आरशात स्वत:चंच प्रतिबिंब बघून राजा चकित झाला. आता दर्शन झालं नाही म्हणावं तर बाकीच्या सगळ्यांना दर्शन झालं होतं. त्यामुळे राजा एकटाच खोटारडा ठरला असता. सगळी पत गेली असती.

मग राजाने मनाशी काहीतरी ठरवलं. बाहेर येऊन तो संन्याशाला म्हणाला, "मी आपले कसे व किती आभार मानू तेच कळत नाही. भगवंताचं दर्शन घडवून आपण मला धन्य केलंत."

संन्यासी म्हणाला, "महाराज आपण खरंच भगवंतांना पाहिलंत?"

"अर्थात!" अगदी सर्वांग सुंदर दर्शन घडलं मला." राजा हसून म्हणाला.

संन्यासी जोरजोरात हसत म्हणाला, "महाराज आपण खरं बोलत नाही आहात."

संतापून राजा म्हणाला, "संन्यासी आहात म्हणूनच केवळ गय करतोय. अन्यथा राजाला खोटं ठरवणाऱ्याची जीभ छाटून टाकली असती."

त्यावर आपला संन्याशाचा वेष उतरवत तेनालीराम म्हणाला, ''क्षमा असावी महाराज, पण आतल्या खोलीत फक्त आरसे आहेत. त्यामुळे तिथे जाणाऱ्या माणसाला केवळ स्वत:चं प्रतिबिंबच दिसतं.''

त्याला असं अचानक बघून थक्क झालेल्या राजाला ओशाळल्यासारखं झालं. आपला खोटेपणा मान्य करण्यावाचून त्याला काही गत्यंतरच नव्हतं.

राजाने तेनालीरामला कबुली दिली, ''तुझं बरोबर. प्रत्येक माणूस आयुष्यात कधी ना कधी तरी खोटं बोलतोच.''

ब्राह्मणांचा सदाचार

दरबारात एकदा चर्चेला विषय आला,

'राज्याची सुरक्षितता कुणावर अवलंबून असते!'

एकाचं मत पडलं की राजावर अवलंबून असते. कारण राजा प्रजेचे बाहेरचे शत्रू तसेच घरभेदी, दोन्हींपासून रक्षण करून राज्य चालवतो.

राजाला ते पटलं नाही. तो म्हणाला, ''हे अर्धसत्य आहे. राजा किती का शूर असेना, त्याला प्रजेची साथ मिळाली नाही तर राज्याची दुर्दशा व्हायला वेळ लागत नाही. अशी किती तरी उदाहरणं आहेत.''

मग दुसरा मंत्री म्हणाला, ''राज्याची सुरक्षितता सामंत सरदारांच्या हातात आहे.''

राजा म्हणाला, ''पण सामंत सरदारच प्रजेचा छळ आणि पिळवणूक करायला लागले तर? अशीही उदाहरणं काही कमी नाहीत.''

अशी चर्चा होता होता शेवटी राजगुरू उठून म्हणाले, ''महाराज आता माझ्या मते ब्राह्मणांखेरीज दुसरं कोणी दिसत नाही. ब्राह्मणांच्या सदाचारी वागण्याने आणि ब्राह्मतेजानेच राज्य तरून जातं.''

यावर काय बोलावं राजाला सुचेना. त्याने तेनालीरामकडे पाहिलं.

''तेनालीराम, तुझं काय मत आहे? आज बोलत नाहीस काही!''

तेनालीराम म्हणाला, ''महाराज, मी राजगुरूंशी सहमत आहे. पण ब्राह्मण जर सदाचारी असतील तरच हे शक्य आहे.''

झालं! राजगुरूंचा संतापाने तिळपापड झाला. ते चिडून म्हणाले, ''वाट्टेल ते बोलू नकोस तेनाली. या राज्यात एक तरी दुराचारी ब्राह्मण आहे का?''

"एक का? दहा दाखवतो." तेनालीराम आवेशाने म्हणाला.

राजगुरू चडफडत गप्प बसले. कारण राजाने दरबारच बरखास्त केला. पुन्हा बरेच दिवस हा विषय न निघाल्यामुळे बाजूला पडला.

एके दिवशी तेनालीरामने एक बेत आखून तो राजाला सांगितला. उजाडता उजाडता गावात जाऊन त्याने घोषणा केली, "आज महाराज काही विशेष कारणांनी ब्राह्मणांना सुवर्णमुद्रा दान करू इच्छितात. तेंव्हा ब्राह्मणांनी ताबडतोब दरबारात चलावं."

हे ऐकून ब्राह्मणांची एकच धांदल उडाली. सर्व म्हणाले, "आलोच. स्नान-संध्या आटोपून येतोच."

तेनालीराम म्हणाला, "आज नाही जमणार उशीर होऊन. विशिष्ट मुहूर्तावरच दान द्यायचं आहे. तुम्हांला जमत नसेल तर दुसऱ्या ब्राह्मणांना घेऊन जातो मी."

हे ऐकून ते ब्राह्मण लगबगीने तसेच निघाले. तेनालीराम त्यांना घेऊन

राजवाड्यात आला.

राजा दान द्यायला सुरवात करणार तोच तेनालीराम म्हणाला, ‘‘थांबा महाराज, हे दान शास्त्राला धरून होणार नाही.’’

महाराज चकित होऊन म्हणाले, ‘‘म्हणजे काय?’’

तेनालीराम म्हणाला, ‘‘आज हे सगळे ब्राह्मण दानाच्या लोभाने आंघोळ न करताच आलेत. संध्या-पूजा वगैरे उरकण्याचा प्रश्नच येत नाही. आंघोळच नाही म्हणून तेही नाही.’’

राजा आश्चर्याने म्हणाला, ‘‘मी हे काय ऐकतोय? तेनालीराम बोलतोय ते खरं आहे का?’’

त्यावर सगळ्या ब्राह्मणांनी लाजेने माना खाली घातल्या. तेनालीराम हसत राजगुरूंना म्हणाला, ‘‘पाहिलात का ब्राह्मणांचा सदाचार? डोळे दिपले ना त्यांच्या ब्राह्मतेजामुळे?’’

तेनालीरामच्या या प्रश्नावर राजगुरू काय बोलणार?

कोतवालाचा घोडा

राजा कृष्णदेवरायापुढे एकदा एक विचित्र खटला आला. नेहमी चोर शोधणाऱ्या कोतवालाचाच घोडा चोरीला गेला होता. गहजबच उडाला सगळीकडे. चोर आता इतके धीट झालेत की कोतवालाकडेच चोरी करायला धजावलेत? म्हणजे मग आता नागरिकांनी कोणाच्या भरवशावर रहावं? हलकल्लोळ माजला नगरभर.

राजाने चौकशीचे आदेश दिले. कोतवालाला विचारलं, "काही तपास लागला का?"

कोतवाल म्हणाला, "महाराज, अजून नक्की कळत नाहीये काही. पण संशयावरून

मी माझ्या घोड्याच्या राखणदाराला अटक केलीय. रात्री तोच माझ्या घोड्यावर बसून नगरात गस्त घालतो.''

राजाने राखणदाराला हजर करायला सांगितलं. राजाने दरडावून त्याला विचारलं, ''काय रे, कुठे आहे कोतवालाचा घोडा? खरं बोल.''

तो घाबरून हाता-पाया पडत म्हणाला,''महाराज, माफ करा. मी नाही चोरला घोडा. मला माहीत नाही कारण काल रात्री मी गस्तीला गेलोच नव्हतो.''

राजा चकित होऊन म्हणाला, ''मग होतास कुठे?''

तो मान खाली घालून म्हणाला, ''महाराज चूक झाली. मी घरीच झोपून राहिलो होतो. पण पुन्हा असं करणार नाही.''

राजाला त्याच्या कामचुकारपणाचा भयंकर राग आला. पण त्याने चोरी केली असावी असं काही त्याला वाटेना. तो विचारच करत होता.

तेवढ्यात तेनालीराम लगबगीने दरबारात येऊन म्हणाला, ''महाराज, मी चोर आणि घोडा दोघांनाही घेऊन आलोय.''

''असं? कुठं आहे चोर?'' राजाने विचारलं.

तेनालीरामने खूण केल्यावर शिपायांनी चार-पाच माणसांना मुसक्या बांधून हजर केलं. राजाने आश्चर्याने विचारलं, ''हे इतके चोर आहेत?''

तेनालीराम म्हणाला, ''महाराज, हे सगळे चोर नाहीत. हे कोतवालाचे जुगारातले साथीदार आहेत. महाराज कोतवाल साहेब जुगाराचे शौकीन आहेत. काम सोडून ते जुगारात जास्त रस घेत आहेत हे पाहून मला काळजी वाटली. आपल्या लक्षात हा प्रकार आणून देण्यासाठी घोडा मीच चोरला होता. तो घोडा बाहेर उभा आहे. आता आपण न्याय करावा.''

हे ऐकून राजाच्या तळपायाची आग मस्तकाला गेली. त्याने कोतवालाला तुरूंगात डांबण्याचे आदेश दिले.

तेनालीराम म्हणाला, "महाराज, मला घोडा चोरण्याबद्दल काय शिक्षा देणार?"

महाराज हसले म्हणाले, "घोडा चोरण्याबद्दल तुला तोच घोडा बक्षीस! तेनालीराम, तुझ्या जागरूकपणा बद्दल तुझं कौतुक करावं तेवढं थोडंच आहे."

गाईंची खरेदी

राजा कृष्णदेवराय जेव्हा राजउद्यानात फेरफटका मारायला निघायचे तेव्हा तेनालीरामही त्यांच्यासोबत असायचा. त्यामुळे इतर दरबारी तेनालीरामवर खार खाऊन असायचे. मग असं काहीतरी कारण शोधत राहायचे ज्यामुळे तेनालीराम महाराजांच्या मनातून पार उतरून जाईल.

एक दिवस तेनालीराम आजारी पडला. त्यामुळे महाराज एकटेच फिरायला बाहेर पडले. त्यांना उद्यानात पुष्कळशा गाई चरताना दिसल्या. गाईंनी सुंदर-सुंदर फुलं, पानं ओरबाडून खाल्ली होती. हे बघून राजाला खूप वाईट वाटलं. त्यांनी माळ्याला विचारलं, "इतक्या सगळ्या गाई कुठून आल्या इथे?"

"अं...महाराज, या गाई तेनालीरामने पाठवल्या इथे."

"तेनालीरामने?" महाराजांना आश्चर्यच वाटलं.

तेवढ्यात इतर दरबारीही तिथे आले. त्यांनी महाराजांना चहाडी सांगितली, "महाराज, आपल्याबरोबर तेनालीरामशिवाय कोणी फिरायला येऊ नये म्हणून मुद्दामच त्याने असं केलं असेल. वाईट म्हणजे आज आपल्याच फिरण्याचा विचका झाला सगळा."

हे ऐकून महाराजांना खूप राग आला. त्यांनी तेनालीरामला ५हजार सुवर्णमुद्रांचा दंड केला. गाईंना राज्यातल्या गोशाळेत पाठवून दिलं. तेनालीरामला हा सगळा प्रकार समजला.

ही घटना घडल्यानंतर तिसऱ्या दिवशी तो दरबारात हजर झाला. त्याच्याबरोबर पुष्कळसे गावकरी सुद्धा आले तिथे. तेनालीराम महाराजांना नमस्कार करून म्हणाला, ''महाराज, माझ्याकडून दंड वसूल करण्यापूर्वी आपण एकवेळ या गावकऱ्यांचं म्हणणं ऐकून घ्यावं, त्यानंतरच माझा न्याय करावा.''

''ठीक आहे,'' महाराजांनी गावकऱ्यांना विचारलं, ''बोला, काय म्हणणं आहे आपलं?''

''महाराज, आपल्या काही दरबाऱ्यांनी आमच्याकडून गाई खरेदी केल्या. पण अजून त्यांनी गाईंचे पैसे दिले नाही. महाराज, आपणच आता आम्हाला न्याय द्यावा.''

राजा कृष्णदेवरायने सगळ्या प्रकाराची चौकशी केली तेव्हा त्यांच्या लक्षात आलं की तेनालीरामला बदनाम करण्यासाठी दरबाऱ्यांनीच रचलेला डाव होता तो. त्यामुळे ५ हजार सुवर्णमुद्रांचा दंड तर दरबाऱ्यांना भरावाच लागला. शिवाय गाईंची किंमतही चुकती करावी लागली.

शेवटी पुन्हा एकदा त्यांना तेनालीरामच्या बुद्धीपुढे हार मानावीच लागली.

शेंडीची किंमत

एक दिवस असंच बोलता बोलता राजा कृष्णदेवरायने तेनालीरामला विचारलं, "काय रे, कोणत्या प्रकारची माणसं सर्वांत जास्त मूर्ख असतात, आणि कोणती सर्वांत शहाणी असतात?"

तेनालीरामने ताबडतोब उत्तर दिलं, "महाराज, ब्राह्मण सर्वांत मूर्ख आणि व्यापारी सर्वांत शहाणे असतात."

"छे, असं कसं होईल? ब्राह्मण तर चांगले शिकले-सवरलेले, ज्ञानी, विद्वान असतात. आणि व्यापारी पडले अंगठाबहाद्दर." राजा म्हणाला.

"मी ही गोष्ट सिद्ध करून दाखवू शकतो." तेनालीराम म्हणाला.

"ते कसं काय?" राजाने विचारलं.

"आत्ता सांगतो. आपण जरा राजगुरूंना बोलावून घ्या ना."

राजगुरूंना बोलावण्यात आलं.

तेनालीराम म्हणाला, ''महाराज, मी माझं म्हणणं सिद्ध करून दाखवतो आपल्याला. पण माझी एक विनंती आहे. आपण बिलकूल मधे पडू नये. आपण तसं वचन दिलंत, तरच माझ्या कामाला सुरुवात करतो मी.''

राजाने तेनालीरामचं म्हणणं मान्य केलं. तेनालीराम अतिशय आदरानं राजगुरूंना म्हणाला, ''महाराजांना आपली शेंडी कापून हवी आहे.'' राजगुरू पेचात पडले. राजाज्ञाच ती. टाळावी तरी पंचाईत. पाळावी तरी पंचाईत.

ते म्हणाले, ''तेनालीराम, मी मोठ्या प्रेमानं शेंडी राखलीय. शेंडी कशी देऊ म्हणता?''

''राजगुरू, आपण आयुष्यभर महाराजांचं मीठ खाल्लंय. बरं, शेंडी अशी वस्तू नाही की पुन्हा कधी वाढणारच नाही. त्यातून काय म्हणाल ते इनामही द्यायला महाराज तयार आहेत. त्यांच्या मनात आलं तर ते आपलं सगळंच हिरावून सुद्धा घेऊ शकतील. पण आपले महाराज पडले न्यायप्रिय. ते असं काही करून आपल्यावर अन्याय होऊ देणार नाहीत.''

राजगुरूंना मनोमन कळून चुकलं की नक्कीच तेनालीरामची काहीतरी चाल आहे. तेनालीरामने विचारलं, ''राजगुरू, शेंडीच्या बदल्यात आपल्याला काय इनाम

पाहिजे?'' राजगुरू सावकाश बोलले, ''पाच सुवर्णमुद्रा खूप होतील.''

त्यांना ५ सुवर्णमुद्रा देण्यात आल्या आणि न्हाव्याला बोलावून त्यांची शेंडी कापून घेण्यात आली.

आता तेनालीरामने नगरातल्या सर्वांत प्रसिद्ध व्यापाऱ्याला बोलावलं. त्याची पण शेंडी चांगली लांबलचक होती. तेनालीराम व्यापाऱ्याला म्हणाला, ''महाराजांना तुझ्या शेंडीची आवश्यकता आहे.''

''सगळं महाराजांचंच तर आहे. पाहिजे तेव्हा खुशाल घ्यावं. पण मज गरिबाची आठवण तेवढी ठेवावी महाराज,'' व्यापारी म्हणाला.

''तुला पाहिजे ती रक्कम इनाम देण्यात येईल.'' तेनालीराम बोलला.

''आपली कृपा आहे महाराज, पण...'' व्यापारी म्हणाला.

''आता कसला पण आणि परंतु? काय म्हणणं आहे तुझं ते सांगून टाक.'' तेनालीराम म्हणाला.

''त्याचं काय आहे महाराज, माझ्या मुलीच्या लग्नात या शेंडीची लाज राखण्यासाठी मी मोजून ५ हजार सुवर्णमुद्रा खर्च केल्या होत्या. मागच्याच वर्षी माझे वडील वारले. तेव्हाही ५ हजार सुवर्णमुद्रा खर्च झाल्या. आणि याच माझ्या लाडक्या शेंडीमुळे आज बाजारात मला पाच हजार सुवर्णमुद्रा उधार मिळू शकतात महाराज. फारच मौल्यवान आहे ही शेंडी.'' आपली शेंडी कुरवाळत व्यापारी म्हणाला.

"ठीक आहे तर मग. तुझ्या शेंडीची किंमत अशा प्रकारे १५ हजार सुवर्णमुद्रा झाली, नाही का? तुला ही किंमत दिली जाईल."

१५ हजार सुवर्णमुद्रा त्या व्यापाऱ्याला देण्यात आल्या. व्यापारी शेंडी कापून द्यायला बसला. न्हाव्याने त्याच्या शेंडीवर वस्तरा ठेवला नाही तोच... व्यापारी जोरात ओरडला, "सांभाळून रे, तुला माहिती नाही का, ही महाराजांची शेंडी आहे?"

हे ऐकून महाराज भडकले. माझा अपमान करण्याची हिंमत झालीच कशी या व्यापाऱ्याची? ते म्हणाले, "ए, हाकलून द्या रे त्याला इथून ताबडतोब. मूर्ख कुठला."

व्यापाऱ्याने १५ हजार सुवर्णमुद्रांची थैली उचलली आणि धूम ठोकली तिथून.

थोड्या वेळाने तेनालीराम म्हणाला, "पाहिलंत महाराज, राजगुरूंनी ५ सुवर्णमुद्रा घेऊन आपली शेंडी कापून घेतली. व्यापाऱ्याने १५ हजार सुवर्णमुद्राही घेतल्या आणि आपली शेंडी पण वाचवली. आता तुम्हीच सांगा, ब्राह्मणाला हुशार मानायचं की व्यापाऱ्याला?"

राजाला मनापासून हसायला आलं.

राजा म्हणाला, "तुझंच म्हणणं खरं आहे तेनालीराम."

सोन्याचा हंस

राजा कृष्णदेवरायचा दरबार भरलेला होता. तेवढ्यात तिथे दोन व्यक्ती आल्या. त्यांच्या हातात सोन्याचा हिरेजडित हंस होता. ते सरळ महाराजांजवळ आले आणि म्हणाले, ''महाराज, आम्हाला न्याय द्या.''

''न्याय? कशाबद्दल? नीट सांगा बरं सगळं. कसला वाद आहे?'' राजाने विचारलं.

''महाराज, आमचं काही भांडण नाहीये. आम्ही दोघे मित्र आहोत. महाराज, माझं जेव्हा बरं चालत नव्हतं तेव्हा माझ्या या मित्राने मला मदत केली. त्याने स्वत:च्या जमिनीतली थोडी जमीन मला दिली. त्याच जमिनीत मी नांगर चालवत असताना मला हा सोन्याचा हंस मिळाला. मी हा हंस माझ्या या मित्राला परत द्यायला गेलो तर हा घेतच नाहीये तो.'' त्यातल्या एकाने सगळं सांगितलं.

"महाराज, मी एकदा ती जमीन मित्राला देऊन टाकल्यावर त्यातून मिळालेला हंसही त्याचाच नाही का झाला? आता मी हा हंस कसा काय घेऊ शकतो?" दुसरा मित्र म्हणाला.

दोघांचा स्पष्टवक्तेपणा बघून महाराज चक्रावूनच गेले. असा विलक्षण खटला त्यांच्यासमोर पहिल्यांदाच आला होता. त्यांनी दरबारी लोकांना विचारलं, "आता तुम्हीच सांगा याचा निवाडा कसा करावा ते? काय निकाल द्यायचा या खटल्याचा?"

मंत्र्यांनी सुचवलं, "सोन्याच्या हंसाचे दोन तुकडे करून ते दोघांना निम्मे निम्मे वाटून द्यावेत."

पण दोघाही मित्रांनी हा निर्णय अमान्य केला.

एका दरबाऱ्याने सुचवलं, "या सोन्याच्या हंसाचा लिलाव केला जावा. जी किंमत येईल ती दोघांमध्ये समान वाटून देण्यात यावी."

दोन्ही मित्र एका सुरात म्हणाले, "नाही महाराज, आम्ही हे धन घेणार नाही."

"महाराज, मला असं वाटतं की या धनाचा विनियोग पुण्यकर्मासाठी केला जावा." राजपुरोहिताने आपलं म्हणणं मांडलं. कोषाधिकाऱ्याच्या मते "हा हंसच राज्याच्या कोषात जमा केला जावा." असं होतं.

अशा प्रकारे दरबारातल्या प्रत्येकाने आपापल्या कुवतीनुसार काही ना काही तरी उपाय सुचवला.

पण राजा कृष्णदेवरायना कुणाचाही उपाय पटला नाही.

इतका वेळ गप्प बसून सगळं ऐकत असलेल्या तेनालीरामने तेवढ्यात बोलायला तोंड उघडलं. तो म्हणाला, ''क्षमा असावी महाराज, पण मला असं वाटतं की हा सोन्याचा हंस विकून जे धन मिळेल त्यातून या दोन मित्रांच्या घट्ट मैत्रीची आठवण म्हणून एक हंसउद्यान तयार करण्यात यावं. त्या उद्यानात डेरेदार वृक्ष असावेत. मध्यभागी स्फटिकासारख्या चमकणाऱ्या पाण्याचा तलाव असावा. त्यात पंख पसरलेले दोन संगमरवरी हंस असावेत. दुरून येणारे वाटसरू इथल्या वृक्षांच्या शीतल छायेत क्षणभर विसावतील आणि यांच्या मैत्रीचं गुणगान करतील!''

तेनालीरामचं मत ऐकून राजा कृष्णदेवराय खुष होऊन हसले आणि म्हणाले, ''तेनालीराम तुझा हा उपाय एकदम आवडला आम्हाला. आमचाही निर्णय हाच आहे.''

हा विलक्षण उपाय ऐकून एकीकडे राजा कृष्णदेवराय खूप खुष होते.

दुसरीकडे इतर दरबारी निरुत्तर होऊन गेले होते.

ते दोन मित्र तर तेनालीरामवर भलतेच खुष झाले होते.

अपमानाचा बदला

तेनालीराम राजा कृष्णदेवरायची कीर्ती ऐकून होता की तो गुणवंतांचा आणि बुद्धिमान लोकांचा आदर करतो. त्याच्या मनात आलं की आपणही राजाकडे जाऊन आपलं नशीब आजमावून पाहूया. पण कुठल्याही वशिल्याखेरीज राजापर्यंत जाऊन पोचणं महाकर्म कठीण होतं. मग तो संधी शोधत राहिला. एखादी महत्त्वाची व्यक्ती भेटण्याची वाट पाहू लागला.

दरम्यान त्याचा विवाह लांबच्या नात्यातल्या एका मगम्मा नावाच्या मुलीबरोबर झाला. वर्षभरात त्याला मुलगा झाला.

त्याच सुमारास राजा कृष्णदेवरायचे राजगुरू तेनालीरामच्या भागात आले. त्यांना भेटून रामलिंग उर्फ तेनालीरामने त्यांची खूप सेवा केली. आपल्या मनातली तळमळ त्यांना बोलून दाखवली.

राजगुरू होते चलाख. त्यांनी तेनालीरामकडून खूप सेवा करून घेतली. त्याला मोठी-मोठी आश्वासनं दिली. तेनालीरामने त्यांच्यावर विश्वास ठेवला. राजगुरू वर वर गोड बोलायचे खरे, पण आतल्या आत तेनालीरामवर जाम जळफळायचे. त्यांना वाटायचं इतका विद्वान, हुशार माणूस दरबारात आला तर आपली स्वत:चीच पत कमी होईल. पण जाताना मात्र त्यांनी कबूल केलं, ''मला एखादी योग्य वेळ दिसली की ताबडतोब तुला बोलावून घेईन. मी राजाशी तुझी ओळख करून देईन.''

तेनालीराम मोठ्या उत्सुकतेनं राजगुरूंच्या बोलावण्याची वाट बघायला लागला. पण बोलावणं येणारच नव्हतं. लोक मात्र हसून तेनालीरामला विचारायचे, ''काय रामलिंग, सामान तयार ठेवलंयस ना बांधून?'' कोणी म्हणायचं, ''काय रे, विजयनगरहून राजा कृष्णदेवरायने तुला नेण्यासाठी खास दूत पाठवलाय म्हणे.''

तेनालीराम म्हणायचा, ''वेळ आली की सगळं घडून येईल बघा!'' मनातल्या मनात मात्र त्याचा राजगुरूंवरचा विश्वास उडत चालला होता.

राजगुरू विजयनगरहून आपल्याला बोलावून घेतील या आशेवर तेनालीरामने खूप वाट पाहिली. शेवटी त्याने ठरवलं की आता स्वत:च विजयनगरमधे जाऊन दाखल व्हायचं. त्याने आपलं घर-दार विकून प्रवासाच्या खर्चाची

व्यवस्था केली. आई, पत्नी आणि मुलाला घेऊन विजयनगरचा रस्ता धरला. रस्त्यात काही अडचण आली तर तो खुशाल राजगुरूंच्या नावाचा उपयोग करून घ्यायचा.

तेनालीराम आईला म्हणाला, ''बघितलंस आई, जिथे-जिथे राजगुरूंचं नाव घेतलं तिथे तिथे आपली अडचण दूर झाली. व्यक्ती स्वत: कशीही असली तरी त्याचं नाव, पद मोठं असेल तर अडचणी आपोआप मागे सरतात. आता मलाही माझं नाव बदलावं लागेल. राजा कृष्णदेवरायांच्या प्रति आदरभाव दाखवण्यासाठी मलाही

माझ्या नावाबरोबर त्यांचं 'कृष्ण' नाव जोडावं लागेल. आजपासून माझं नाव रामलिंगच्या ऐवजी रामकृष्ण ठेवलंय मी.''

''बाळा, मला दोन्ही नावं सारखीच आहेत. मी आत्ता तुला राम म्हणते, पुढेही रामच म्हणत राहीन.'' आई म्हणाली.

कोडवीड नावाच्या गावात तेनालीरामची भेट तिथल्या राज्यप्रमुखाशी झाली.

हा माणूस विजयनगरच्या मुख्यमंत्र्यांचा नातलग होता. त्याने सांगितलं, ''राजा गुणग्राहक आहे खरा, पण फार रागीट आहे. त्याला कधीतरी फार राग येतो. मग बघता बघता एखाद्याचा शिरच्छेद झालाच म्हणून समजायचं.''

''जोपर्यंत माणूस धोका पत्करत नाही तोपर्यंत त्याला यश मिळत नाही. मी स्वत:चं रक्षण करू शकतो.'' तेनालीरामच्या स्वरात आत्मविश्वास होता.

राज्यमंत्र्याकडून त्याला असंही कळलं की मुख्यमंत्रीसुद्धा गुणीजनांची कदर करणारे आहेत. पण आत्मविश्वास नसलेल्या लोकांना ते थारासुद्धा देत नाहीत.

चार महिन्यांचा लांबलचक प्रवास करून तेनालीराम सहकुटुंब एकदाचा विजयनगरमध्ये येऊन दाखल झाला. तिथला सगळा चमचमाट बघून डोळेच दिपले त्याचे. भले मोठ्ठे रस्ते, गर्दी, हत्ती-घोडे, सजलेली दुकानं, सुंदर सुंदर प्रासाद हे सगळं पहिल्यांदाच बघत होता तो आयुष्यात.

तिथे त्याने एका कुटुंबाला विनंती करून काही दिवस राहण्याची सोय करून घेतली. तिथे आपल्या बायको-मुलाला आणि आईला सोडून तो राजगुरूंना भेटायला गेला. तिथे तर इतकी गर्दी होती की विचारू नका. राजमहालातल्या मोठ्या मोठ्या अधिकाऱ्यांपासून ते स्वैपाक्यापर्यंत सर्व थरातली माणसं होती तिथे. नोकराचाकरांची

नुसती रेलचेल होती. तेनालीरामने एका नोकराबरोबर निरोप पाठवला की तेनालीराम आलाय म्हणून.

नोकराने परत येऊन सांगितलं की राजगुरू अशा नावाच्या कोणत्याही व्यक्तीला ओळखत नाहीत. हे ऐकून तेनालीराम चक्रावलाच. तो नोकराला बाजूला सारून तडक राजगुरूंजवळ गेला. त्यांना म्हणाला, ‘‘मी रामलिंग. मी मंगलगिरी गावात आपली खूप सेवा केली होती.’’

पण राजगुरूंना ओळख दाखवायचीच नव्हती. त्यांनी ओरडून नोकरांना बोलावलं आणि जोरात म्हणाले, ‘‘मी नाही या उपटसुंभाला ओळखत. याला धक्के देऊन बाहेर हाकलून द्या.’’

नोकरांनी त्याला ढकलत बाहेर नेलं आणि हाकलून दिलं. आजूबाजूला लोक हा तमाशा बघून खिदळत होते. त्याचा इतका वाईट अपमान कधीही झाला नव्हता.

तिथल्या तिथे त्याने मनात प्रतिज्ञा केली की 'मी या अपमानाचा बदला घेईन.' पण त्यापूर्वी राजाचं मन जिंकून घेणं आवश्यक होतं.

दुसऱ्याच दिवशी तो राजदबारात जाऊन धडकला. तिथे त्याला एका विषयावर जोरजोरात चर्चा होताना दिसली. 'हे जग म्हणजे काय आहे? जीवन काय आहे?' जबरदस्त वादविवाद चालला होता. एका पंडिताने सांगितलं, "हे जग म्हणजे मायाजाल आहे नुसतं. काही खरं नाही इथलं. आपण जे काही बघतो, ऐकतो, अनुभवतो, खातो-पितो ते सगळं म्हणजे फक्त आपली कल्पना आहे. प्रत्यक्षात असं काहीही घडत नसतं. आपल्याला नुसतं असं वाटतं की हे सगळं खरं घडतंय म्हणून."

"काय सांगता काय पंडितजी? खरं की काय?" तेनालीरामने विचारलं.

"अहो खरं म्हणजे काय? आपल्या शास्त्रात म्हणूनच ठेवलंय तसं!" पंडितजी म्हणाले.

हे ऐकून बाकी सर्वजण गप्प झाले. शास्त्रात खोटं कसं लिहिलेलं असेल?

पण तेनालीराम शास्त्रापेक्षा बुद्धीला जास्त महत्त्व देणारा होता. तो तिथे बसलेल्या सर्वांना म्हणाला, ''जर पंडितजी म्हणतायत ते खरं असेल तर आपण त्याचा पडताळा घेऊन पाहूया की. आपल्या महाराजांतर्फे आज मेजवानी आहेच सर्वांना. आपण सगळेजण आज भोजनावर मस्त ताव मारूया. पंडितजींना विनंती करू की त्यांनी नुसतं बसून कल्पना करावी की तेही उत्तम भोजनाचा आस्वाद घेत आहेत.''

तेनालीरामच्या या बोलण्यावर दरबारात एकच सातमजली हास्य गडगडलं. पंडितजींचा चेहेरा कसानुसा झाला अगदी. महाराज इतके खुष झाले की त्यांनी तेनालीरामला एक सुवर्णमुद्रांची थैली भेट दिली. आणि त्याच क्षणी तेनालीरामची राजविदूषक म्हणून नेमणूक करण्यात आली. सगळ्या लोकांनी टाळ्या वाजवून राजाच्या या घोषणेचं स्वागत केलं. या लोकांमधे राजगुरू पण बसलेले होते.

हिशोब चुकता केला

राजगुरूंनी दिलेली वागणूक तेनालीराम विसरला नव्हता. मनातल्या मनात त्याने शपथच घेतली होती की एक ना एक दिवस मी हिशोब चुकता करीनच. शांतपणे तो संधी शोधत राहिला.

माहिती काढता काढता त्याला एक दिवस कळलं की राजगुरू रोज पहाटे नगरापासून तीन मैल दूर तुंगभद्रा नदीवर स्नानासाठी जातात.

एक दिवस पहाटे पहाटे तेनालीराम तिथे जाऊन थडकला. राजगुरू नदीत स्नान करत होते. याने काय केलं, त्यांचे किनाऱ्यावर ठेवलेले कपडे उचलले आणि लपवून ठेवले. अंघोळ करून राजगुरू बाहेर येऊन पाहतात तो काय! कपडे गायब! आणि जवळच तेनालीराम उभा. त्यांनी विचारलं, “रामलिंग, माझे कपडे कुठायत?”

"अरे वा, तुम्हाला माझं नाव आठवलं वाटतं?" तेनालीराम बोलला.

"माझे कपडे..."

"मी सांगेन, ते कराल?"

"हो करीन."

"मला उचलून तुम्ही खांद्यावर घ्यायचंत. तसंच चालत चालत राजमहालाच्या अंगणापर्यंत जायचंत. कबूल आहे का बोला."

"कबूल." आत गेलेल्या आवाजानं राजगुरू बोलले.

तेनालीरामने त्यांचे कपडे परत करून टाकले. कपडे घातल्यावर ठरल्याप्रमाणे राजगुरूंनी तेनालीरामला उचलून खांद्यावर घेतलं. मुकाट्यानं राजमहालाचा रस्ता धरला. राजगुरूंनी नगरात प्रवेश करताच लोक हे विचित्र दृश्य बघून टाळ्या पिटत खिदळायला लागले. आणि त्यांच्या मागे मागे जायला लागले. ही सगळी जत्रा राजमहालाजवळ पोचली. गोंगाट ऐकून राजा आपल्या महालातून बाहेर गच्चीत आला. त्याने पाहिलं की राजगुरू तेनालीरामला खांद्यावर उचलून चालत येतायत. लाजेनं त्यांची मान खाली गेलीय आणि घामाघूम झालेत बिचारे. आणि खांद्यावर बसलेला तेनालीराम मात्र आनंदात हसतोय.

राजगुरूंचा हा अपमान बघून राजा भलताच रागावला. त्याने आपल्या दोन अंगरक्षकांना बोलावून सांगितलं, "जा रे, बाहेर एका माणसाच्या खांद्यावर एक माणूस चढून बसलाय. त्या बसलेल्या माणसाला खाली उतरवून चांगलं बडवा. दुसऱ्या माणसाला माझ्याकडे घेऊन या."

तेनालीरामच्या नजरेतून हे दृश्य सुटलं नाही. त्याने ओळखलं की राजाने अंगरक्षकांना काहीतरी आदेश दिलाय. काय आदेश असावा तेही त्याने बरोबर

ओळखलं. तो पटदिशी खाली उतरून राजगुरूंना म्हणाला, ''राजगुरू, हे मी काय वागून बसलो तुमच्याशी? कुणास ठाऊक माझी अक्कल कुठे गेली होती ते. तुमच्यासारख्या महापुरुषाशी अशी वागणूक? क्षमा करा मला. तुम्ही खूप उदार आहात. मला एकच प्रायश्चित्त केलं पाहिजे. आता मी तुम्हाला माझ्या खांद्यावर उचलून नेणार.'' असं म्हणून त्याने राजगुरूंना आपल्या खांद्यावर उचलून घेतलं.

तो चार पावलं चालतोय न चालतोय तोच राजाचे अंगरक्षक तिथे आले. त्यांनी जराही विचार न करता राजाच्या आदेशाप्रमाणे खांद्यावर बसलेल्या व्यक्तीला खाली ओढून लाथा-बुक्क्यांनी बुकलून काढलं चांगलं.

घायाळ झालेल्या राजगुरूंना काही कळेचना की काय चाललंय हे?

जेव्हा अंगरक्षक तेनालीरामला घेऊन राजाकडे गेले तेव्हा राजा चक्रावूनच गेला. त्याने विचारलं, ''याला इथे कशाला घेऊन आलात? मी याला चांगलं बडवून काढायला सांगितलं होतं. आणि तो दुसरा माणूस कुठे आहे याला खांद्यावर उचलून घेणारा?''

''महाराज, आपलाच आदेश होता की खांद्यावर बसलेल्या व्यक्तीला मारा आणि दुसऱ्या व्यक्तीला घेऊन या. आम्ही

तुमच्याच आदेशाचं पालन केलं आहे.'' एक अंगरक्षक मान तुकवून म्हणाला.

''काय बोलता? या माणसाने त्या दुसऱ्या माणसाला खांद्यावर उचलून घेतलं होतं? तुम्ही त्याला मारलं आणि याला इकडे घेऊन आलात?'' राजाने आश्चर्यानं विचारलं.

''हो महाराज.'' अंगरक्षकाने उत्तर दिलं.

''अरेच्चा! हा मनुष्य फारच चलाख आहे. याने माझा आदेश आधीच ओळखला होता.'' राजा कृष्णदेवरायने आणखीनच खवळून म्हटलं, ''याला घेऊन जा आणि याचा शिरच्छेद करा. पुरावा म्हणून रक्ताने माखलेली तलवार तुमच्या

सरदाराला दाखवा. याने राजगुरूंचा नुसता अपमानच केला नाही तर त्यांना मारही खायला लावलाय. घेऊन जा याला.''

त्यावेळी तिथे दोन दरबारी उभे होते. वरवर ते गंभीर मुद्रा करून उभे होते. पण त्या राजगुरूंबद्दल कुणालाच सहानुभूती वाटत नव्हती. अंगरक्षक तेनालीरामला घेऊन जायला निघाल्यावर ते दोन्ही दरबारी त्यांच्या मागोमाग बाहेर पडले.

त्यांनी तेनालीरामकडून राजगुरूंची सगळी हकिगत ऐकली. तेनालीरामने त्यांच्याकडे मागणी केली की त्यांनी त्याला वाचवावं. त्यांनी तशी व्यवस्था केली.

राजाने तेनालीरामला जी सुवर्णमुद्रांची थैली भेट दिली होती यातल्या १०-१० सुवर्णमुद्रा तेनालीरामने दोन्ही अंगरक्षकांना दिल्या. त्याने दरबारी आणि अंगरक्षकांना वचन दिलं की तो शहर सोडून दूर निघून जाईल. पण तिथून सुटून तो आपल्या घरी जाऊन लपून बसला.

इकडे अंगरक्षकांनी तलवारीने एक बकरा कापला आणि रक्तानं माखलेली तलवार आपल्या सरदाराला दाखवली. त्याने राजाला जाऊन समाचार दिला की तेनालीरामचं काम तमाम झालं आहे.

दुसऱ्या दिवशी तेनालीरामने आपल्या आई व बायकोला राजाकडे पाठवून दिलं. दोघी रडत ओरडत राजाजवळ जाऊन पोचल्या. ''काय झालं? तुम्ही दोघी का रडताय?'' राजाने विचारलं.

''महाराज, एका छोट्याशा अपराधाबद्दल आपण माझ्या मुलाला-तेनालीरामला देहदंड दिलात. माझी म्हातारीची काठीच काढून घेतलीत की हो...!'' रडत रडत तेनालीरामची आई म्हणाली.

''माझे पती... माझ्या मुलाचे वडील गेले...! आता या परक्या देशात आम्हाला कुणाचा आधार?'' तेनालीरामची बायकोही रडायला लागली.

राजाला त्यांची दया आली. त्याने आज्ञा दिली, ''यांना दरमहा दहा सुवर्णमुद्रा दिल्या जाव्यात. म्हणजे यांना स्वत:चा आणि मुलाचा उदरनिर्वाह करता येईल.''

घरी येऊन आईने आणि बायकोने तेनालीरामला ही गोष्ट सांगितली. हसत हसत तेनालीराम म्हणाला, ''मी माझे प्राण वाचवण्यासाठी अंगरक्षकांना २० सुवर्णमुद्रा दिल्या होत्या. त्या आता दोनच महिन्यांत वसूल होणार तर!''

तेनालीरामचा आत्मा

तेनालीरामला मृत्युदंड दिल्याची बातमी आगीसारखी सगळ्या शहरभर पसरली. कुणालाच माहीत नव्हतं की तेनालीराम जिवंत आहे आणि स्वत:च्या घरातच लपून बसलाय. लोकांच्यात खुसफूस व्हायला लागली. छोट्याशा अपराधाची एवढी मोठी शिक्षा? काही लोकांनी तर अफवाच उठवली की ब्राह्मणाचा आत्मा भूत होऊन भटकतो म्हणून.

राजाच्या दोन्ही राण्यांनी जेव्हा हे ऐकलं तेव्हा त्या घाबरून गेल्या. त्यांनी राजाला आग्रह केला की या पापातून मुक्त होण्यासाठी तुम्ही काहीतरी उपाययोजना करा.

नाइलाजानं राजाने राजगुरू आणि राज्यातल्या निवडक १६० ब्राह्मणांना (तेनालीरामच्या आत्म्याला शांती मिळावी म्हणून) विशेष पूजा करण्याचे आदेश दिले. ही पूजा गावाबाहेरच्या वडाखाली करायची ठरली. अपराध्याला याच झाडाशी मृत्युदंड दिला जायचा.

तेनालीरामला ही खबर मिळाली. रात्र होण्यापूर्वीच तो त्या वडाच्या

झाडावर चढून लपून बसला. त्याने आपलं सगळं शरीर लाल रंगाच्या मातीनं रंगवलं, तोंडाला धुराचं काळं फासलं आणि भुताचं रूप घेतलं. रात्री ब्राह्मणांनी छोटी छोटी लाकडं घेऊन अग्नी प्रज्वलित केला. ते अग्नीसमोर कुठलेसे मंत्र म्हणायला लागले. सर्वजण लवकरात लवकर पूजा आटपून आपल्या घरी जाऊन आराम करण्याचा विचार करत होते.

भराभरा मंत्र म्हणून त्यांनी तेनालीरामच्या भटकत्या आत्म्याला हाक मारली. "तेनालीरामच्या आत्म्या..."

'ओ' असं उत्तर आलं. अरे बापरे! ब्राह्मणांची दातखीळच बसली. पाय लटलट कापायला लागले. फुसफुसत ते बोलायला लागले, "तेनालीरामचं भूत खरंच उत्तर द्यायला आलं की! आम्हाला तर अशी अजिबात अपेक्षा नव्हती."

खरं म्हणजे हे लोक पूजेच्या नावाखाली काहीतरी करून राजाकडून पैसे उकळायचा बेत करून आले होते.

त्यांनी स्वप्नातही अशी कल्पना केली नव्हती की तेनालीराम खरंच भूत बनला असेल. एकाएकी जोरात गुरगुरत तेनालीरामने झाडावरून खाली उडी मारली. ब्राह्मणांनी त्याचा तो भयंकर चेहरा पाहिला आणि ते जोरात आरोळ्या ठोकत किंचाळत तिथून धूम पळाले. थेट राजाकडे गेले.

राजाने जेव्हा हे ऐकलं तेव्हा त्याला हसू आवरेना. तो म्हणाला, "तुम्ही त्या आत्म्याला शांत करायला गेला होतात ना? आणि तुम्हीच घाबरून पळालात?"

ब्राह्मण मान खाली घालून उभे राहिले.

"काय विचित्र गोष्ट ही! त्या भुताने तुम्हाला दर्शन दिलं. मग मला कसं अजून दिसलं नाही ते?" राजा म्हणाला, "आता जो कोणी त्या आत्म्याला मुक्ती देईल त्याला एक हजार सुवर्णमुद्रा बक्षीस म्हणून दिल्या जातील!"

या घोषणेनंतर तीन दिवसांनी एक संन्यासी राजापुढे येऊन उभा राहिला. त्याची दाढी अगदी पांढरीशुभ्र होती. तो म्हणाला, "महाराज, मी त्या भटकत्या आत्म्याला मुक्त करू शकतो. पण एका अटीवर. आता तो आत्मा नाही, अशी तुमची खात्री पटली की मी मागेन ती वस्तू मला मिळाली पाहिजे."

"ठीक आहे. आपण त्या आत्म्यालाही मुक्ती द्या. तसंच मलाही त्या बिचाऱ्या ब्राह्मणाच्या हत्येच्या पापातून मुक्ती द्या. बिचारा माझ्या रागापायी हकनाक प्राण गमावून बसला!" राजा म्हणाला.

"चिंताच सोडा महाराज. माझ्या उपायानंतर तुम्हाला असं वाटेल की ब्राह्मण जणू काही मेलाच नव्हता." संन्यासी म्हणाला.

"काय?" राजाने चक्रावून विचारलं. "आपण त्या विदूषकाला पुन्हा जिवंत करू शकता?"

"आपली इच्छा असेल तर जरूर करू शकतो." संन्याशाने उत्तर दिलं.

"असं होऊ शकत असेल तर काय पाहिजे अजून?" राजा म्हणाला. शेजारीच राजगुरू बसले होते. ते म्हणाले, "महाराज, मेलेली माणसं कधी जिवंत होतात का? शिवाय त्या मस्कऱ्याला जिवंत करून काय फायदा होणार आपला? तो पुन्हा आपल्या खोड्या सुरू करेल. पुन्हा आपल्याकडून मृत्युदंडाची शिक्षा घेईल."

"काही का असेना, आम्हाला हा चमत्कार पाहायचाच आहे. शिवाय आमच्या मनावरचं ओझं कमी होईल ते वेगळंच!" राजा म्हणाला.

"पण महाराज, तो आत्मा तर गावाबाहेरच्या वडाच्या झाडावर आहे. इथे कुठे आहे? मला तरी वाटतंय की संन्यासी पोकळ थापाच मारतोय नुसत्या. याच्यात काही दम नाही." राजगुरू राजाला म्हणाले.

"राजगुरूजी, मी जे बोलतो ते करून पण दाखवू शकतो. आता तुम्हीच सांगा, जर का मी त्या ब्राह्मणालाच आपल्यासमोर जिवंत करून उभं केलं तर त्या भटकणाऱ्या आत्म्याचा प्रश्न येतोच कुठे?" संन्याशाने विचारलं.

"नाही येत प्रश्न." राजगुरूंनी उत्तर दिलं.

"तर मग हा पहा चमत्कार!" असं म्हणून त्या संन्याशाने आपली भगवी वस्त्रं आणि नकली दाढी उतरवली. तेनालीराम आपल्या नेहमीच्या पोषाखात राजा आणि राजगुरू यांच्यापुढे उभा!

दोघं हैराण होऊन बघतच राहिले. त्यांचा त्यांच्या डोळ्यांवर विश्वास बसेना. तेव्हा मग तेनालीरामने राजाला सगळी रामकहाणी ऐकवली.

त्याने राजाला आठवण करून दिली, "महाराज, आपण मला मागेन ते इनाम द्यायचं वचन दिलंयत. महाराज, मला मारायला ज्या अंगरक्षकांना पाठवलं होतंत त्यांना आधी क्षमा करावी."

राजा हसत हसत म्हणाला, "ठीक आहे. त्याचबरोबर तुला एक हजार सुवर्णमुद्रांची थैली पण देण्यात येईल. मात्र तुझ्या आईला आणि बायकोला मी दरमहा दहा सुवर्णमुद्रा देण्याचा जो आदेश दिला होता तो रद्द करतो. नाहीतर कोषाध्यक्ष माझ्या मागे भुणभुण करत राहील."

तेनालीराम फक्त हसला.

भेट

विजयनगरचा राजा कृष्णदेवराय याच्या दरबारात एकदा शेजारच्या देशातला एक दूत आला. हा येताना राजासाठी अनेक वस्तू भेटीदाखल घेऊन आला होता.

विजयनगरच्या दरबारात त्याचं चांगलं आगत-स्वागत केलं गेलं. तिसऱ्या दिवशी तो दूत परत आपल्या देशात जायला निघाला. तेव्हा राजा कृष्णदेवरायने पण शेजारच्या राजासाठी काही किमती भेटवस्तू दिल्या.

राजा कृष्णदेवरायची त्या दूतालाही काहीतरी भेट द्यायची इच्छा होती. त्यांनी त्या दूताला विचारलं, ''सांग, तुला काय पाहिजे? सोनं-चांदी-हिरे-काय हवं ते माग.''

दूत म्हणाला, ''महाराज, मला यातलं काहीच नकोय. देणारच असाल तर मला दुसरंच काहीतरी हवं आहे.''

''काय हवंय बोल.'' राजाने विचारलं.

''महाराज, मला अशी भेट द्या, जी सुख-दुःखात सर्व प्रसंगी माझ्याबरोबर राहील आणि जी माझ्याकडून कोणी हिरावून घेऊ शकणार नाही.''

हे ऐकून राजा कृष्णदेवराय चक्रावलेच. त्यांनी उत्सुकतेनं दरबारावर नजर फिरवली. पण सगळ्यांच्या चेहऱ्यावर गोंधळलेले भाव होते. कुणालाच कळेना की अशी काय भेट असू शकेल!

राजाने तेनालीरामकडे पाहिलं. तो हजर होताच दरबारात. राजा तेनालीरामला उद्देशून म्हणाला, "दूताला हवीय ती भेट तू देऊ शकशील का?"

"अवश्य महाराज, दुपारी जेव्हा हे महाशय इथून जायला निघतील तेव्हा ती भेट त्यांच्याबरोबर दिली जाईल."

ठरलेल्या वेळी दूत आपल्या देशात परत जायला निघाला. त्याच्या रथात सगळ्या भेटवस्तू ठेवल्या गेल्या.

जेव्हा राजा कृष्णदेवराय त्याला निरोप देऊ लागला तेव्हा दूत म्हणाला, "महाराज, तुम्ही कबूल केलेली भेट नाही मिळाली मला अजून."

राजा कृष्णदेवराय तेनालीरामकडे वळून म्हणाला, "तेनालीराम, तू आणली नाहीस अजून ती भेटवस्तू?"

त्यावर हसून तेनालीराम म्हणाला, "महाराज, ती भेट तर आत्ता या क्षणीसुद्धा त्यांच्याबरोबर आहे. फक्त त्यांना ती दिसत नाहीये इतकंच. त्यांना म्हणावं, मागे वळून पहा!"

दूताने मागे वळून पाहिलं पण त्याला काहीच दिसलं नाही. तो म्हणाला, "कुठाय भेटवस्तू? मला कशी नाही दिसत ती?"

तेनालीराम हसून म्हणाला, "दूत महाशय, जरा लक्षपूर्वक बघा. भेटवस्तू

तुमच्या मागेच तर आहे-'तुमची सावली.' सुखात, दुःखात, जीवनभर ही छाया तुम्हाला कायम साथही करेल आणि तिला तुमच्यापासून कोणी हिरावूनही घेऊ शकणार नाही.''

हे ऐकून राजा हसायला लागला. दूतालाही हसू आलं. तो म्हणाला, ''महाराज, तुमच्या तेनालीरामच्या हुशारीची खूप तारीफ ऐकून होतो आम्ही. आज प्रत्यक्षच प्रचिती मिळाली.''

तेनालीरामला हसू आलं. राजा त्याच्याकडेच कौतुकानं बघत होता.

मिठाईचा वास

एकदा एक गरीब माणूस रस्त्याने चालला होता. गेले दोन-तीन दिवस त्याच्या पोटात अन्नाचा कण नव्हता. त्याला कोणी कामही देत नव्हतं की खायलाही देत नव्हतं, भुकेने त्याचा जीव कासावीस झाला होता. चालताना झोक जात होता.

तेवढ्यात त्याला कुठूनसा मिठाईचा गोड वास आला. नुसत्या वासानंही तो आनंदित झाला. तो भराभरा त्या दिशेने धडपडत जायला लागला.

त्याला जवळच एक मिठाईचं दुकान दिसलं. तिथे तऱ्हेतऱ्हेच्या सुंदर सुंदर मिठाया रचून ठेवलेल्या होत्या. त्या रंगीत मिठाया बघून गरीब माणसाच्या तोंडाला पाणी सुटलं.

त्याला बघून मिठाईवाल्याने विचारलं, ''ए, काय पाहिजे रे तुला?''

तो दीनवाणेपणाने म्हणाला, ''मालक, पोटाला खायला द्या हो काहीतरी, दोन दिवसांचा उपाशी आहे.''

मिठाईवाला म्हणाला, ''अरे जा! खिशात पैसे आहेत का? म्हणे खायला द्या.'' असं म्हणून त्याला हाकलून दिलं.

त्या माणसाच्या डोळ्यांत पाणी आलं. हताश होऊन तो दुकानाबाहेर उभा राहिला. आशाळभूतपणे मिठाईकडे बघत राहिला. नाक भरून वास घेत राहिला.

थोड्या वेळाने मिठाईवाल्याचं पुन्हा त्याच्याकडे लक्ष गेलं. त्याला अजून तिथेच पाहून त्याला खूप राग आला. तो तरातरा त्याच्याजवळ गेला. त्याचं बखोट पकडून म्हणाला, ''चल पैसे काढ लवकर. चोर कुठला!''

तो माणूस काकुळतीनं म्हणाला, ''मालक, मी चोरी नाही केली. पैसे कसले देऊ? माझ्याकडे पैसे असते तर विकत नसती का घेतली मी मिठाई?''

''ते काही नाही. पैसे दिलेच पाहिजेस मला.''

''अहो पण कसले पैसे? मी कुठे हात लावलाय तुमच्या मिठाईला?''

''हात नसशील लावला. पण वास घेतलास ना? आणि कितीतरी वेळ तू माझ्या मिठाईकडे बघत उभा होतास. चल टाक लवकर माझे पैसे. माझा वेळ वाया घालवू नकोस.''

हे ऐकून त्या गरीब बिचाऱ्या माणसाला काही सुचेना. हताशपणे त्याने इकडे तिकडे पाहिले. त्याला तिकडून तेनालीराम येताना दिसला.

तेनालीरामला ओळखत नाही असा माणूस विजयनगर मधे तरी सापडणं अवघड होतं. गरीब माणसाला एकदम आशा वाटली. तो मिठाईवाल्याला हिसडा देऊन तेनालीरामच्या दिशेने पळत सुटला.

त्याच्याजवळ जाऊन म्हणाला, ''मला मदत करा. गरीबाला न्याय मिळवून द्या.''

तेनालीरामने सगळा प्रकार त्याच्याकडून माहीत करून घेतला. मग त्याला दिलासा देत म्हणाला, ''चल काळजी करू नकोस. आपण बघू काय ते!''

इकडे मिठाईवाला तेनालीरामला बघून चपापला होता. दोघांना आपल्याकडेच येताना पाहून मनात घाबरलाही होता.

तेनालीराम जवळ येऊन म्हणाला, ''काय मालक याने तुमचे पैसे देणं आहेत ना?'' आणि त्याने कमरेची पैशाची पिशवी काढली.

ते बघून मिठाईवाल्याला आनंद झाला. त्याला वाटलं तेनालीराम आपल्याला पैसे देणार म्हणून तो घाईघाईने म्हणाला, ''हो, हो, हो ना.''

तेनालीरामने पैशाची पिशवी मिठाईवाल्याच्या कानाशी वाजवली, छन छन! म्हणाला, ''येतोय का आवाज?''

''हो, हो, येतोय ना?''

''नक्की?

''नक्की''

''व्वा! छान!'' असं म्हणून तेनालीराम जायला निघाला.

अवाक् झालेला मिठाईवाला आधी बघतच बसला.

मग पळत जाऊन म्हणाला, ''अहो, पण माझे पैसे?''

''दिले की आत्ताच?''

''अहो दिलेत कुठे? नुसताच आवाज ऐकवलात.''

तेनालीराम मिष्कीलपणे हसत म्हणाला, ''जर मिठाईचा नुसता वास घेण्याने आणि बघण्याने तुमची मिठाई घेतल्यासारखं होत असेल तर पैशाचा नुसता आवाज ऐकून पैसे मिळाल्यासारखेच आहेत.''

हे ऐकून गरीब माणूस जोरजोराने हसायला लागला. मिठाईवाला मान खाली घालून मुकाट्याने दुकानात गेला.

मग तेनालीरामही त्याच्या मागोमाग हसत पुन्हा दुकानात येऊन म्हणाला, ''आता एक काम करा. या माणसाला हवी तितकी पोटभर मिठाई खायला द्या आणि पैसे माझ्याकडून घ्या- खरे खुरे!''

त्या गरीब माणसाने पुन:पुन्हा तेनालीरामचे आभार मानले. त्याला तोंड भरून आशीर्वादही दिले.

खरा दोषी

एक करीअप्पा नावाचा माणूस एके दिवशी दरबारात येऊन म्हणाला, ''महाराज, महाराज मला न्याय द्या.''

राजा म्हणाला, ''काय झालं बाबा?''

''महाराज, माझ्या शेजाऱ्याच्या घराची भिंत कोसळून त्याखाली माझ्या बकऱ्या-कोंबड्या मेल्या. मी त्याला कधीपासून सांगत होतो, की भिंत पडकी होत चाललीय. नीट डागडुजी करून घे. पण त्याने ऐकलं नाही. त्यामुळे माझं आज नुकसान झालं. महाराज मला भरपाई मिळवून द्या ना.''

करीअप्पानं गाऱ्हाणं सांगितलं. राजाने शेजाऱ्याला बोलावलं. तर तो म्हणाला, ''महाराज मी तर भिंतीची दुरूस्ती करून घेतली होती. तरी ती कोसळली यात माझा काय दोष?''

मग राजाने तेनालीरामला सगळ्या प्रकरणाची छानबीन करायला सांगितली. तेनालीरामने त्या शेजाऱ्याला विचारलं, ''तू कुणाकडून भिंत दुरूस्त करून घेतलीस?''

तो म्हणाला, ''गवंड्याकडून.''

तेनालीरामने गवंड्याला बोलावून जाब विचारला.

तो म्हणाला, ''माझी काही चूक नाही. विटा चांगल्या भाजलेल्या नव्हत्या म्हणून बांधकाम तकलादू झाले असेल. तुम्ही वीटवाल्याला विचारा.''

तेनालीरामने वीटवाल्याला बोलावलं. तो म्हणाला, ''मी निर्दोष आहे. भट्टी नीट पेटली नाही. कारण लाकूडफाटा आणि पालापाचोळा ओलसर होता. तुम्ही लाकडं पुरवणाऱ्याला विचारा. त्याने चांगली सुकी लाकडे दिली नाहीत आणून.''

तेनालीरामने शिपायांना सांगितलं, ''या वीटवाल्याबरोबर जा आणि लाकडं पुरवणाऱ्याला धरून आणा.''

शिपायांनी त्या माणसाला धरून आणलं, तो करीअप्पाच होता.

तेनालीराम म्हणाला, ''बघितलंस? पहिली चूक तुझी आहे. तू चांगली लाकडं न दिल्यामुळे केवढा घोटाळा झाला. तुझ्याच चुकीनं तुझ्या बकऱ्या-कोंबड्या मेल्या. त्यामुळे तुला नुकसान भरपाई देण्याचा प्रश्नच येत नाही. उलट तूच तुझ्या शेजाऱ्याला नवीन भिंत बांधायला मदत केली पाहिजेस.''

करीअप्पाला हे मान्य करावंच लागलं.

भांड्यांची बाळं

एकदा एक गरीब माणूस रडत तेनालीरामकडे येऊन पोचला. त्याने एका सावकाराकडून कर्ज घेतलं होतं. कितीतरी वर्षं कर्जफेड चाललीच होती. तरीही अजून ते संपत नव्हतं. आता तो सावकार त्याच्या घरावर जप्ती आणणार होता. सावकार चक्क पिळवणूक करत होता त्याची.

तेनालीरामने त्याला दिलासा दिला. मग त्या सावकाराची त्याने माहिती काढली. तर तो चांगलाच लुच्चा आणि हावरट असल्याचं कळलं त्याला. लोकांना तो चक्रवाढव्याजात अक्षरशः लुटायचा.

मग तेनालीरामने एक बेत आखला. तो सावकार त्याच्या घराजवळच रहात होता. तेनालीराम त्याच्याकडे गेला आणि म्हणाला, ''काही मोठाली भांडी उसनी मिळतील का? घरात कार्य आहे. दोन दिवसांनी परत करीन.''

सावकाराने भाडे ठरवून भांडी दिली. तेनालीरामने बाजारात जाऊन हुबेहूब त्या भांड्याच्या आकाराची, प्रकारची पण अगदी छोटी-छोटी भांडी खरेदी केली आणि त्या मोठ्या भांड्यामध्ये ठेवून दिली.

मग ती सगळी भांडी घेऊन तो सावकाराकडे जाऊन म्हणाला, "शेठ, तुम्ही मला काही बोलला नाहीत. मी जेव्हा तुमची भांडी नेली तेव्हा ती चक्क गरोदर होती, आणि बाळंत झाली आमच्या घरी. ही घ्या त्यांची बाळं." असं म्हणून त्याने ती लहान भांडी पुढे केली.

आता खरं तर सावकाराला माहीत होतं की असं काही होत नाही. पण ती नवीकोरी भांडी बघून त्याचे डोळे चमकले. लोभीपणाने त्याने ती भांडी ठेवून घेतली. आणि वर भाडंही घेतलं.

काही दिवसांनी तेनालीराम पुन्हा भांडी घ्यायला गेला. सावकार त्याला पुष्कळशी चांदीची भांडी देत म्हणाला, "सांभाळ बरं माझ्या भांड्यांना. त्यांना बाळं

होणार आहेत. परत करताना त्यांची मुलं द्यायला विसरू नकोस.''

तेनालीराम ''बरं'' म्हणाला. पण नंतर कितीतरी दिवस झाले, तेनालीराम सावकारकडे फिरकला सुद्धा नाही. वाट बघून कंटाळलेला सावकार स्वतःच तेनालीरामकडे आला. त्याने आपली भांडी मागितली.

भोळेपणाचा आव आणत तेनालीराम म्हणाला, ''अहो तुमची भांडी मेली.''

''काय? मेली?'' सावकार किंचाळला. त्याला धक्काच बसला. संतापाने थरथरत म्हणाला, ''अरे मूर्खा भांडी कधी मरतात का? वाट्टेल ते बोलू नकोस. ताबडतोब माझी भांडी परत कर.''

''अहो न मरायला काय झालं? बाळंतपणात बायका नाही का दगावत? तुमची भांडीसुद्धा गरोदर होती ना? ती बाळंतपणात मेली बिचारी. फार वाईट वाटलं हो मला. तुम्हाला ही दुःखद बातमी कशी द्यावी तेच कळत नव्हतं मला.'' तेनालीराम डोळे टिपत म्हणाला.

सावकार फारच चिडला. तणतणत राजाकडे जाऊन त्याने फिर्याद केली. राजाने तेनालीरामला बोलावून घेतलं. दोघांच्या बाजू ऐकून घेतल्या आणि निकाल दिला-

'सावकाराने आधीची भांडी गरोदर होती, त्यांना बाळं झाली हे मान्य केलं होतं तर आताची भांडी मेली हे त्याने मान्य केलंच पाहिजे.'

सावकाराला यावर काही बोलताच येईना. त्याला आपल्या हावरटपणाची लाज वाटली. चुपचाप मान खाली घालून तो निघून गेला.

पुन्हा एकदा तेनालीरामच्या हुशारीने योग्य तो न्याय दिला.

विहिरींची चोरी

उन्हाळा जवळ येत चालला होता. नागरिकांना पाण्याचा तुटवडा पडू नये म्हणून राजा कृष्णदेवरायने जागोजागी विहीरी खणायचे आदेश दिले. खजिन्यातून विहीरीसाठी खास निधी दिला.

मंत्रीमहोदय कामाला लागले. शेकडो मजूर अंगमेहनत करून विहीरी खणायला लागले. थोड्या दिवसांनी मंत्र्याने येऊन राजाला खबर दिली की सर्व विहीरी खणून झाल्या आहेत. दिलेले सर्व पैसेही खर्च झालेत. भरपूर पाणी उपलब्ध झालेले असून प्रजेला आता पाण्याची चिंता उरलेली नाही.

हे ऐकून राजाला बरं वाटलं. त्याने स्वत: काही विहीरींना भेटी दिल्या. पाणी चाखून पाहिलं. समाधानाने मंत्र्याला शाबासकी दिली. बक्षीस दिलं.

इकडे तेनालीरामकडे काही खेडूत तक्रार घेऊन आले. विहीरींबद्दलच्या त्यांच्या तक्रारींना तेनालीरामने न्याय मिळवून द्यावा असं त्यांचं म्हणणं होतं.

तेनालीरामने त्यांचे म्हणणे ऐकून घेऊन एक बेत आखला.

दुसऱ्या दिवशी दरबारात तो महाराजांना म्हणाला, "महाराज आपल्या राज्यात सध्या एक अजब चोर धडाधड विहीरी चोरत सुटलाय."

राजाला धक्काच बसला. जोरात ओरडून तो म्हणाला, "तुझं डोकं फिरलंय का तेनालीराम? विहीरी कधी चोरीला जातील का? काय हा मूर्खपणा?"

तेनालीराम म्हणाला, "महाराज मला वाटलंच होतं की आपला विश्वास बसणार नाही म्हणून मी काही खेडूतांना बरोबर घेऊनच आलोय. तुम्ही त्यांना विचारा पाहिजे तर."

राजाने त्या लोकांना आत बोलावलं आणि विचारलं, "मी हे काय ऐकतोय? असं होणं शक्य आहे का?"

खेडूत म्हणाले, "होय महाराज, मंत्रीमहोदयांनी विहीरी खणून घेतल्या आणि एकाएकी नंतर त्या गायबच झाल्या."

बुचकळ्यात पडलेल्या राजाने गुप्तहेरांकरवी माहिती काढली.

तर असं लक्षात आलं की पुष्कळशा विहीरी खणल्या असं फक्त कागदोपत्री दाखवून मंत्र्याने पैसे हडप केले होते. प्रत्यक्षात ठरल्यापेक्षा खूप कमी विहीरी खणल्या गेल्या होत्या.

हे ऐकून राजा संतापला. मंत्र्याला बोलावून त्याची चांगली खरडपट्टी केली. त्याने खाल्लेले पैसे खर्च करून त्याला नियोजित सर्व विहीरी खणायला सांगितलं. शिवाय त्याला दंड केला.

तेनालीरामचे आभार मानून खेडूत आनंदाने घरी गेले.

तेनालीरामच्या चातुर्याला राजाने मनापासून दाद दिली.

खिरापत

तेनालीराम राज्याशी आणि राजाशी संपूर्ण एकनिष्ठ होता. राजाच्याच हातून काही चूक झाली आणि त्याचा प्रजेला त्रास झाला, तर काहीतरी युक्ती करून राजाच्या लक्षात ती चूक आणून देण्याची हिंमतही त्याच्या अंगी होती.

स्वत: राजा कृष्णदेवराय हा प्रजाहितदक्ष होताच. पण तरीही मध्यंतरात काही काळ राज्यात लाचलुचपत, भष्टाचार बेपर्वाई वाढली. यात मोठ्या मोठ्या मंत्र्यांची, अधिकाऱ्यांची नावं गुंतली होती. प्रजा त्रासून गेली होती.

तेनालीरामला सगळं दिसत होतं. पण हे सगळं राजाच्या लक्षात आणून द्यायला योग्य संधी मात्र येत नव्हती.

एके दिवशी मात्र आपसूक अशी संधी चालून आली.

राज्यात एक देवीचा उत्सव झाला. भजन-पूजा-कीर्तन-आरती सगळं झाल्यावर कुणीतरी राजाकडे खिरापतीचं भांडं दिलं. राजाच्या हस्ते प्रसाद घेण्यासाठी सगळे गोळा झाले.

पण त्या दिवशी का कोण जाणे राजा म्हणाला, ''तेनालीराम आज माझ्याऐवजी प्रसाद तूच वाटावास अशी माझी इच्छा आहे.''

तेनालीराम म्हणाला, ''महाराज प्रसाद कसा वाटू? देवासारखा की तुमच्या सारखा?''

राजा आश्चर्याने म्हणाला, ''तेनाली, देवाशी माझी तुलना कशी होऊ शकेल? देव, देव आहेत. देवापुढे मी बालक आहे. तू आपला माझ्यासारखाच प्रसाद वाट.''

''ठीक आहे,'' असं म्हणून तेनालीरामने खिरापत वाटायला सुरवात केली. त्याने कुणाला प्रसाद कमी दिला, कुणाला जास्त दिला, कुणाला दिलाच नाही आणि भांडं रिकामं करून टाकलं.

मग लोकांनी राजाकडे तक्रार केली. राजाने तेनालीरामला खुलासा विचारला.

तो म्हणाला, ‘‘महाराज मी तुमच्याच आज्ञेचं पालन केलं तुमच्याप्रमाणे प्रसाद वाटला. आपल्या राज्यात सगळीकडे असंच चाललंय. कोणी बंगले बांधतायत, कुणी बेघर होतायत. कोणी भरडले जातायत...’’

हे ऐकून राजाला धक्काच बसला. पण यावेळी राजा रागावला नाही. कारण त्याला माहीत होतं की काहीतरी गंभीर घडलेलं असल्याशिवाय तेनालीराम असं काहीतरी बोलणार नाही.

त्यांनी गुप्तपणे चौकशीचे आदेश दिले. तेनालीरामकडे चौकशीची सूत्रं देऊन सगळ्या गैरप्रकारांवर नियंत्रण आणले.

कलेची कदर

राजगुरू आणि त्यांच्या बाजूचे काही मंत्री नेहमी प्रत्येकात काहीतरी दोष काढायचे.

एक चित्रकार एका नर्तिकेचं सुंदरसं चित्र घेऊन दरबारात आला. ते चित्र इतकं सजीव वाटत होतं की अक्षरशः कुठल्याही क्षणी ती नर्तिका चित्राबाहेर येऊन नाच करू लागेल असं बघणाऱ्याला वाटत होतं.

चित्र बघून राजा खूपच खूष झाला. चित्रकाराला आशा वाटली की राजा या चित्राचे खूप पैसे देईल.

तेवढ्यात राजाने ते चित्र मंत्रीमंडळाला, दरबाऱ्यांना बघायला दिलं. सर्वांत आधी ते राजगुरूंच्या हातात आलं. त्यांनी ते पाहून 'नर्तिकेचं नाक वाकडं आहे' म्हणून सांगितलं. मग इतरांनीही असेच काहीबाही दोष काढले. कोणी डोळे बटबटीत वाटतात म्हणालं. कोणाला ती पोक काढून उभी आहे असं वाटलं.

सगळं ऐकता ऐकता राजा गंभीर झाला. चित्रकार तर दु:खी झाला. त्याने उदासपणे तेनालीरामकडे पाहिलं.

तेनालीराम इतका वेळ मुकाट्याने सगळं ऐकत होता. त्याने ते चित्र मागून घेतलं. त्याचं नीट निरीक्षण करून म्हणाला, ''महाराज माझ्या मते कलेचा हा उत्तम नमुना आहे. आपण हे चित्र चांगलं मानधन देऊन अवश्य घ्यावंत. आपल्या राजवाड्याची शोभा यामुळे नक्कीच वाढेल.''

हे ऐकून चित्रकाराचा चेहरा आनंदाने उजळला. आता राजा काही बोलणार तोच राजगुरू म्हणाले, ''छे छे महाराज आपण हे चित्र मुळीच घेऊ नये. या तेनालीरामला कलेतलं काय कळतंय? आत्ताच तुम्ही सर्व मंत्र्यांची, दरबाऱ्यांची मतं ऐकलीत. कोणीतरी तोंड भरून स्तुती केली का या सुमार दर्जाच्या चित्राची?''

त्यावर तेनालीराम म्हणाला, ‘‘महाराज माणसाचा एक स्वभाव असतो. त्याला दुसऱ्याच्या डोळ्यातलं कुसळ दिसतं पण स्वत:च्या डोळ्यातलं मुसळ दिसत नाही. दुसऱ्याचे दोष काढणं सोपं असतं. पण त्यात सुधारणा करणं अत्यंत अवघड असतं.’’

हे ऐकून राजगुरूंना फार राग आला. ते म्हणाले, ‘‘महाराज हा तेनालीराम स्वत: फार मोठा तत्त्वज्ञानी असल्याच्या थाटात बोलत असतो. त्याने आपलं म्हणणं सिद्ध करून दाखवावं.’’

यावर तेनालीराम म्हणाला, ''ठीक आहे महाराज. पण त्याकरता हे चित्र एक संपूर्ण दिवस भर चौकात टांगावं लागेल.''

राजाने ते मान्य करून तशी व्यवस्था केली. त्या चित्राजवळ एक फलक लावून त्यावर असं लिहीलं होतं.

'या चित्रात ज्याला जो दोष वाटेल त्यावर खूण करून ठेवावी. फुली मारावी.'

मग काय, येता-जाता प्रत्येकजण ते चित्र बघून आपल्या परीने त्यात काहीतरी दोष काढून फुली मारू लागला. असं करता-करता दिवसभरात आख्खं चित्रच फुल्यांनी भरून गेलं आणि ते सुंदर चित्र विद्रूप झालं.

दुसऱ्या दिवशी दरबारात ते चित्र सगळ्यांना दाखवण्यात आलं. राजगुरू पटकन् म्हणाले, ''पाहिलंत महाराज, आपल्या प्रजेने काय कौल दिला ते! सगळ्यांनी दोषच दोष काढलेत यात.''

महाराज म्हणाले, ''तेनाली, तुझं काय म्हणणं आहे यावर?''

तो म्हणाला, ''महाराज आता आणखी एक दिवस हे चित्र चौकात टांगावं आणि ज्यांनी हे दोष काढलेत त्यांना ते सुधारायला सांगावं.''

एक संपूर्ण दिवस ते चित्र चौकात होतं. पण एकाही भल्या गृहस्थाने पुढे होऊन चित्रात काहीही सुधारणा केली नाही. मग ते पुन्हा दरबारात आणण्यात आलं. विद्रूप करून ठेवलेलं चित्र जसंच्या तसंच परत आलेलं पाहून राजगुरूंची दातखीळच बसली.

तेनालीराम म्हणाला, ''महाराज आता राजगुरूंचं काय म्हणणं आहे यावर?''

ते कुठलं काय बोलतायत! तेनालीरामचं म्हणणं मान्य करण्यावाचून गत्यंतरच नव्हतं त्यांना.

मग मात्र राजाने त्या चित्रकाराला तसंच आणखी एक चित्र काढून आणायला सांगितलं. त्याला दुप्पट बिदागी दिली. चित्रकार महाराजांचा जयजयकार करत, तेनालीरामचे आभार मानत आनंदाने परतला.

छनछन

एकदा एक म्हातारे आजोबा राजा कृष्णदेवरायाच्या दरबारात येऊन तक्रार करायला लागले.

"महाराज, मला न्याय द्या. माझ्या मुलानं आणि सुनेनं मला घरातून हाकलून दिलंय. मी आता या वयात कुठे जाऊ?" आजोबांचा घसा दाटून आला होता. हात थरथरत होते.

राजाने तेनालीरामला या प्रकरणात लक्ष घालायला सांगितलं. तेनालीरामने दोन दिवस आजोबांना आपल्या घरी ठेवून घेतलं. त्यांचं निरीक्षण केलं.

ते तर चांगले प्रेमळ होते. त्यांच्या मुलाच्या शेजाऱ्यांनी सांगितलं, की आजोबांची सून फार भांडकुदळ आणि कजाग आहे. मुलाचं तिच्यापुढे काही चालत नाही.

मग तेनालीरामने आजोबांना सोन्याच्या नाण्यांनी भरलेली एक पिशवी दिली. त्यांच्या कानात एक युक्ती सांगितली. मग स्वतः जाऊन त्यांना मुलाकडे सोडून आला. तेनालीराम मुलाला म्हणाला, ''महाराजांची आज्ञा आहे. यांचा नीट सांभाळ करा.'' मुलगा आणि सुनेने आजोबांना मुकाट्याने घरात घेतले.

झोपण्यापूर्वी आजोबांनी सोन्याची नाणी पिशवीतून बाहेर काढून चांगला छन-छन आवाज करून मुद्दाम मोठ्ठ्याने मोजली. असं सलग ८ दिवस केलं. मुलगा-सून हा आवाज ऐकायचे. हळूहळू ते दोघे आजोबांशी खूप प्रेमाने आणि आदराने वागायला लागले.

आजोबा येता जाता त्या दोघांचं कौतुक करत म्हणायचे, ''तुमचं प्रेम बघून भरून येतं बरं अगदी. पण काय करणार! आता फार थोडे दिवस राहिलेत माझे. जे काही आहे ते तुमचचं आहे सगळं.'' हे ऐकून मुलगा आणि सुनेला मनात नाण्यांची छन छन ऐकू यायची आणि दोघं खूष व्हायचे.

आठ दिवसांनी आजोबा फिरायला म्हणून बाहेर पडले. ते थेट तेनालीरामच्या घरी आले. त्यांनी तेनालीरामचे आभार मानले आणि सोन्याची नाणी परत केली. तेनालीरामने तांब्याची नाणी तयार ठेवली होती ती त्यांनी पिशवीत भरली. समाधानाने घरी गेले.

तेनालीरामने ही हकीकत राजाला सांगितल्यावर तो म्हणाला, ''पण तेनाली कधी जर सुनेच्या लक्षात आलं की आजोबांकडे तांब्याची नाणी आहेत, तर...''

तेनालीराम म्हणाला, ''काळजी नको महाराज. आजोबा हुशार आहेत. ते सांभाळून घेतील. त्यातून पुन्हा काही समस्या आलीच तर आपल्यासारखे दयाळू महाराज असताना चिंता कसली?''

हे ऐकून राजा खूष झाला.

प्रामाणिक

दरबारात एकदा गरीब माणसांचे स्वभाव कसे असतात, श्रीमंतांचे स्वभाव कसे असतात यावर चर्चा चालली होती. सगळ्या मंत्र्यांनी या चर्चेत गरीबांना अप्रामाणिक ठरवलं. सगळे म्हणाले की गरीबीमुळे हे लोक खोटं बोलतात, चोऱ्या करतात वगैरे.

तेनालीरामला हे मुळीच पटलं नाही. तो म्हणाला, ''महाराज मला हे मुळीच मान्य नाही. प्रामाणिकपणा, अप्रामाणिकपणा हा ज्याच्या त्याच्या स्वभावावर अवलंबून आहे. त्याचा गरीबी-श्रीमंतीशी काही संबंध नाही.''

हे ऐकून सगळे मंत्री म्हणाले, ''महाराज असं असेल तर याने ते सिध्द करून दाखवावं.''

तेनालीराम म्हणाला, ''ठीक आहे. त्याकरता मला १०००-१००० सुवर्णमुद्रा भरलेल्या दोन थैल्या लागतील.''

महाराजांनी ते लगेच कबूल केलं. तेनालीरामने महालक्ष्मीच्या देवळाच्या वाटेवर थोड्या थोड्या अंतरावर पहाटेच्या सुमारास दोन्ही थैल्या टाकून ठेवल्या. त्याला माहीत होतं की तिथे रोज सकाळी एक श्रीमंत व्यापारी देवीच्या दर्शनाला यायचा. आणि एक गरीब कामगारही कामाच्या शोधात तिथून जायचा.

तेनालीरामने राजाला फक्त थैल्या रस्त्यावर टाकून ठेवल्याचं सांगितलं. आता पुढे काय घडतं त्याची दोघे वाट पाहू लागले. सकाळी श्रीमंत व्यापारी देवीच्या दर्शनाला निघाला. वाटेत त्याला एक थैली मिळाली. त्याला वाटलं, 'व्वा! देवीची कृपाच दिसतेयं.' असं मनाशी म्हणत त्याने आनंदाने ते पैसे ठेवून घेतले.

थोड्या वेळाने गरीब कामगार माणूस नेहमीप्रमाणे काम शोधायला निघाला. त्याला दुसरी थैली मिळाली. एवढे पैसे बघून तो चकितच झाला. त्याने इकडे तिकडे पाहिलं. त्याला वाटलं थैलीचा मालक जवळपासच असेल. पण कोणीच दिसेना.

त्याला काळजी वाटायला लागली. त्याने ती थैली सरळ राजाच्या खजिन्यात जमा केली. रीतसर पावती सुद्धा घेतली.

दोन दिवस वाट पाहूनही एकच थैली परत आलेली बघून तेनालीरामने गरीब कामगार आणि श्रीमंत व्यापारी दोघांनाही दरबारात हजर रहायला सांगितलं.

राजाने गरीब कामगाराला विचारलं, ''काय रे बाबा तू इतका गरीब आहेस तरी तू पैशाची थैली राज्याच्या खजिन्यात का जमा केलीस? ठेवून का घेतली नाहीस?''

तो म्हणाला, ''महाराज, मला असं वाटलं की ज्या माणसाचे एवढे पैसे हरवले तो किती काळजीत असेल. पैशांची शोधाशोध करून रडकुंडीला आला असेल. त्याला त्याचे पैसे परत मिळावेत म्हणूनच मी असं केलं.''

हे ऐकून राजाला त्याचं कौतुक वाटलं. त्याने त्याला राजवाड्यात नोकरी देऊ केली.

मग त्याने श्रीमंत व्यापाऱ्याला विचारलं, ''काय रे तुला मिळालेली थैली तू का जमा केली नाहीस? तुला काय गरज होती त्या पैशांची एवढी, की तुला ते ठेवून घ्यावेसे वाटले?''

व्यापारी घाबरून म्हणाला, ‘‘क्षमा करा महाराज. मला वाटलं की मला देवीनेच प्रसाद म्हणून दिलेत ते पैसे. म्हणून मी ते घेतले आणि व्यापारात घातले. पण महाराज मला खूप घट आली हो. चांगलाच फटका बसला.’’

राजाने त्याला थैलीतले पैसे परत करायला सांगितले ते वेगळेच. नशीब शिक्षा केली नाही!

राजाने तेनालीरामचं म्हणणं मान्य केलं की प्रामाणिकपणाचा गरिबी-श्रीमंतीशी काही संबंध नसतो. नेहमीप्रमाणेच याही वेळी बाकीचे दरबारी मूग गिळून गप्प बसले.

परोपकारी तेनालीराम

मंजूषा आमडेकर

हे पुस्तक **माझं** आहे.

....

....

मेहता पब्लिशिंग हाऊस

PARŌPKARI TENALIRAM
by Manjusha Amdekar

परोपकारी तेनालीराम / बालसाहित्य
मंजूषा आमडेकर

प्रकाशक : सुनील अनिल मेहता
मेहता पब्लिशिंग हाऊस,
१९४१, सदाशिव पेठ,
माडीवाले कॉलनी, पुणे – ४११०३०.
✆ ०२०-२४४७६९२४
E-mail : author@mehtapublishinghouse.com
Website : www.mehtapublishinghouse.com

मुद्रक : पार्कसन्स ग्राफिक्स,
१५, शहा इंडस्ट्रिअल इस्टेट, वीरा देसाई रोड,
अंधेरी (प.), मुंबई – ४०००५३.

प्रथमावृत्ती : मार्च, २००८
द्वितीयावृत्ती : ऑगस्ट, २०१४
तृतीयावृत्ती : ऑक्टोबर, २०२०

मुखपृष्ठ व आतील चित्रे : घनश्याम देशमुख

किंमत : ₹ १९५

P Book ISBN 9788177669381

अनुक्रम

महाराजांचं आतिथ्य

विजयनगरचा राजा कृष्णदेवराय जिथे कुठे जायचा तेव्हा आपल्याबरोबर तेनालीरामला हटकून घेऊन जायचा. त्यामुळे दरबारातले इतर लोक खूप जळफळायचे. एकदा तीन-चार दरबारी लोकांनी, राजाला भेटून विनंती केली की, ''महाराज, आपण कधी-कधी इतरही लोकांना, आपल्याबरोबर येण्याची संधी द्या ना.''

राजाने त्या दरबारी लोकांना आश्वासन दिलं की इथून पुढे इतरही लोकांना तो आपल्यासोबत बाहेर येण्याची संधी देईल.

एकदा काय झालं, राजा वेष पालटून काही गावांमधून फेरफटका मारायला निघाला. या वेळेस तेनालीरामच्या ऐवजी त्याने इतर दोघांना आपल्या बरोबर नेलं.

फिरता फिरता ते एका गावातल्या शेतात येऊन पोचले. शेताजवळ बाजूला एक खोपटं होतं. त्या खोपट्यात बसून काही शेतकरी गप्पा मारत होते. राजा या दोघांना घेऊन तिथे गेला आणि पाणी मागून प्यायला.

मग राजाने शेतकऱ्यांना विचारलं, ''कसं काय भाऊ, तुमच्या गावात कुणाला काही त्रास नाही ना? राजावर कोणी नाखूष नाही ना?''

हे ऐकल्यावर त्या गावकऱ्यांना वाटलं की हे लोक बहुधा राजाच्या दरबारातले अधिकारी असावेत. ते म्हणाले, ''सरकार, आमच्या गावात आनंदीआनंद आहे. सगळेजण सुखी आहेत. दिवसभर काबाडकष्ट करून दमतात. रात्री सुखाने झोपतात. कुणाला कसली चिंता नाही. राजा कृष्णदेवराय प्रजेवर पोटच्या पोरासारखं प्रेम करतोय. मग राजावर नाखूष व्हायचा प्रश्नच येत नाही.''

''या गावातले लोक राजाला काय मानतात?'' राजाने आणखी विचारलं.

राजाच्या या प्रश्नावर एक म्हातारा शेतकरी उठला. त्याने ऊसाच्या शेतातून एक चांगला दणकट ऊस तोडून आणला.

तो ऊस राजाला दाखवत तो म्हातारा शेतकरी म्हणाला, ''श्रीमानजी, आमचा राजा कृष्णदेवराय अगदी या ऊसासारखा आहे बघा.''

आपली तुलना ऊसाशी होतेय हे बघून राजा गडबडला. त्याला काही कळेचना. या म्हाताऱ्या शेतकऱ्याला म्हणायचंय तरी काय नेमकं? आणि या गावातल्या लोकांना काय वाटतं आपल्याबद्दल?

बरोबर आलेल्या दोघांना राजाने विचारलं की, ''या म्हातारबाबांच्या बोलण्याचा अर्थ काय?''

ते दोघं एकमेकांच्या तोंडाकडे लागले बघायला. मग एकजण धाडस करून म्हणाला, ''महाराज, या बाबांच्या म्हणण्याप्रमाणे राजा या ऊसासारखा कमजोर आहे. कोणीही पाहिजे तेव्हा त्याला असा ऊसासारखा झटक्यात उखडून फेकू शकतो.''

राजाने क्षणभर विचार केला आणि त्याला पटलंच की हे. झालं! संतापून तो त्या म्हातारबाबांना म्हणाला, ''काय रे, तुला बहुधा माहीत नाही मी कोण आहे ते.''

राजाचा राग बघून तो म्हातारा शेतकरी बिचारा घाबरून थरथर कापायलाच लागला.

तेवढ्यात तिथला आणखी एक म्हातारा शेतकरी उठला आणि नम्रपणे म्हणाला, "महाराज, आम्ही आपल्याला ओळखलंय. पण वाईट वाटतंय की आपल्या बरोबरच्या लोकांनाच आपली ओळख पटलेली नाही. माझ्या या शेतकरी मित्राच्या म्हणण्याप्रमाणे प्रजेला आपण या ऊसासारखे कोमल आणि मधुर वाटता. पण तेच आपण शत्रूंसाठी मात्र अतिशय कठोर आहात."

असं बोलता बोलता त्या माणसाने आपला वेष उतरवायला सुरुवात केली. नकली दाढीमिशा काढून टाकल्या. त्याला बघताच राजाबरोबर आलेले दोघं भांबावून गेले. "आँ, तेनालीराम, तू इथे सुद्धा पाठ सोडली नाहीस की आमची."

"तुमची पाठ सोडून कसं चालेल बाबांनो? मी आलो नसतो तर तुमच्यामुळे या गरीब शेतकऱ्यांना प्राणाला मुकावं लागलं असतं. शिवाय महाराजांच्या मनात आग लावली असतीत ती वेगळीच."

‘‘बरोबर बोललास तेनालीराम. यापुढे तुझ्याशिवाय कुणालाही मी माझ्याबरोबर नेणार नाही.’’

त्या लोकांचं आपापसातलं बोलणं ऐकून शेतकऱ्यांना आता कळलं होतं की आपला राजाच वेष बदलून आपल्यात आला आहे. आणि दुसरा वेषांतर केलेला माणूस म्हणजे तेनालीराम आहे. मग ते त्यांचं स्वागत करायला उत्साहात धावले. कोणी खाट आणून टाकली. कोणी ऊसाचा ताजा रस काढून आणला. गावकऱ्यांनी मोठ्या प्रेमानं पाहुण्यांचं स्वागत केलं. आदरातिथ्य केलं. त्यांचं प्रेम बघून राजाला भरून आलं अगदी.

तेनालीरामकडून थप्पड खाल्लेले दोघं लाजेनं मान खाली घालून बसले. तेनालीराम कोपऱ्यात बसून गालातल्या गालात हसत होता.

कंजूष शेठ

राजा कृष्णदेवरायच्या राज्यात एक कंजूष शेठ राहायचे. त्यांच्याकडे खरं म्हणजे भरपूर पैसा होता. पण एक पैसा सुद्धा खर्च करायचा म्हणजे अगदी जिवावर यायचं त्यांच्या. एक दिवस त्यांच्या मित्रांनी बोलता-बोलता त्यांना स्वत:चं चित्र काढून घ्यायला तयार केलं. शेठजी चित्र काढून घ्यायला कबूल झाले.

काढलेलं चित्र घेऊन तो चित्रकार आला. तेव्हा मात्र चित्रकाराचं मानधन शंभर सुवर्णमुद्रा द्यायला शेठजींचं मन तयार होईना.

त्या शेठजींनाही एक कला अवगत होती. ते आपल्या चेहऱ्याचं रंगरूप बेमालूमपणे बदलू शकायचे. चित्रकाराला येताना बघून शेठजी आत गेले. बाहेर येताना आपलं रूप बदलून आले.

मग चित्रकाराला म्हणाले, ‘‘छे, तुझं चित्र जमलं नाही बरोबर. बघ बरं, माझ्या

चेहऱ्यात आणि तुझ्या चित्रात काही साम्य आहे का!''

चित्रकारानं बघितलं तर काय, खरंच की! दोन्ही चेहरे वेगळेच दिसत होते.

शेठजी म्हणाले, ''जेव्हा तू माझ्या चेहऱ्याशी मिळतंजुळतं चित्र बनवून आणशील तेव्हाच मी ते विकत घेईन.''

दुसऱ्या दिवशी तो चित्रकार शेठजींच्या त्या चेहऱ्याशी हुबेहूब जुळणारं चित्र काढून घेऊन आला. याही वेळेला शेठजींनी वेगळंच रूप धारण केलं. पुन्हा त्या चित्रातले दोष काढायला लागले.

चित्रकार बिचारा ओशाळला. त्याला कळेचना की असं का होतंय? आजपर्यंत त्याच्या हातून अशी चूक कधी झाली नव्हती.

दुसऱ्या दिवशी तो आणखी एक चित्र घेऊन आला. पण पुन्हा आदल्या दोन दिवसांसारखाच प्रकार घडला. त्यानंतर त्या चित्रकारानं शेठजींची तीन-चार चित्रं बनवली. दर वेळेला त्याला निराशच व्हावं लागलं.आता शेठजींची लबाडी त्याच्या लक्षात आली होती. त्याला कळून चुकलं की शेठजी पैसे द्यायची टाळाटाळ

करतायत. पण इतक्या दिवसांची आपली मेहनत वाया कशी जाऊ द्यायची?

खूप विचार करून शेवटी तो चित्रकार तेनालीरामला जाऊन भेटला. त्याला सगळी हकिगत सांगितली. तेनालीराम थोडा विचार करून म्हणाला, ''तू उद्या एक आरसा घेऊन जा. म्हणावं, 'हुबेहूब तुमचंच चित्र घेऊन आलोय. नीट पाहून घ्या. काडीचाही फरक सापडणार नाही.' मग तुझं काम झालंच म्हणून समज.''

दुसऱ्या दिवशी चित्रकारानं तेनालीरामच्या सल्ल्याप्रमाणे एक आरसा घेतला. तो शेठजींसमोर ठेवला.

''घ्या शेठजी. हुबेहूब तुमचीच प्रतिकृती. याच्यात एकही चूक सापडणं शक्यच नाही.'' हसू लपवत चित्रकार म्हणाला.

''पण हा तर आरसा आहे.'' शेठजी संतापून म्हणाले.

''तुमचं खरंखुरं चित्र आरशाशिवाय कोण काढणार? चला, माझ्या चित्राचं मानधन एक हजार सुवर्णमुद्रा देऊन टाका आता.'' चित्रकार म्हणाला.

शेठजी समजून चुकले की ही सगळी चतुराई त्या तेनालीरामचीच असणार! त्यांनी चुपचाप एक हजार सुवर्णमुद्रा चित्रकाराला दिल्या.

तेनालीरामनं जेव्हा हा किस्सा कृष्णदेवरायना ऐकवला तेव्हा ते त्याच्यावर एकदम खुष झाले.

सोनेरी हरीण

हवेत सुखद असा गारवा होता. राजा कृष्णदेवराय वनविहाराला निघाले. बरोबर काही दरबारी आणि सैनिक होते. शहरापासून लांब जंगलामध्ये डेरा टाकला गेला. कधी गाण्याचे सूर छेडले जायचे तर कधी गप्पा आणि हास्य विनोदांना ऊत यायचा.

अशा प्रकारे धमाल करण्यात काही दिवस मजेत गेले.

एक दिवस राजा दरबारी लोकांना म्हणाला, "आता जंगलात आलोच आहोत तर शिकार नक्कीच केली पाहिजे."

तात्काळ शिकारीची तयारी केली गेली. राजाने तलवार आणि तिरकमठा घेतला आणि घोड्यावर बसून शिकारीला बाहेर पडला. मंत्री आणि दरबारीही आपापल्या घोड्यांवर स्वार होऊन त्याच्यासोबत बाहेर पडले.

त्यांच्याबरोबर तेनालीरामही निघालेला बघून एक मंत्री म्हणाला, ''राजे सरकार, या तेनालीरामना आपल्याबरोबर नेऊन काय करायचंय? राहू देत त्यांना इथेच. नाहीतरी त्यांचं वय झालंच आहे. आपल्याबरोबर आले तर थकून जातील बिचारे.''

हे ऐकून सगळेजण मोठ्यांदा हसायला लागले.

पण तेनालीराम राजाचा अत्यंत आवडता होता. त्यामुळे राजाने त्याला आपल्याबरोबर घेतलंच.

थोड्या वेळानं लोक जंगलात जाऊन पोचले. तितक्यात राजा कृष्णदेवरायला एक सोनेरी हरीण दिसलं. राजाने त्या हरणाचा पाठलाग करायला सुरुवात केली. पाठलाग करता करता राजा घनदाट अरण्यात जाऊन पोचला. राजा दाट झाडीच्या दिशेनं पुढे पुढे जात होता.

एका ठिकाणी राजाला ते सोनेरी हरीण जवळ असल्यासारखं वाटलं म्हणून त्याने नेम धरला. घोडा पळतच होता.

राजा कृष्णदेवराय आता बाण सोडणार, तितक्यात तेनालीराम जोरात ओरडला, ''महाराज थांबा, पुढे जाऊ नका.''

राजा कृष्णदेवरायने तात्काळ घोड्याचा लगाम खेचला. तेवढ्यात ते हरीण तिथून निसटलं. झालं. राजा रागावला. तेनालीरामवर चिडून म्हणाला, ''तेनालीराम, तुझ्यामुळे शिकार माझ्या हातातून निसटली. तू का थांबवलंस आम्हाला?''

मंत्री आणि दरबारी लोकही बोलायला लागले, ''महाराज, तेनालीराम डरपोक आहे. घाबरतायत ते.

म्हणून तर आम्ही सांगत होतो की त्यांना बरोबर घेऊ नका म्हणून.''

तेवढ्यात तेनालीरामच्या डोक्यात काहीतरी आलं. तो म्हणाला, ''महाराज, जरा मंत्रीमहोदयांना झाडावर चढून हरीण धुंडाळायला सांगा पाहू. मग सांगतो कारण.''

राजाने मंत्र्याला झाडावर चढून हरीण दिसतंय का पाहायचा आदेश दिला. मंत्री झाडावर चढून पाहतायत तर काय! एक विचित्र दृश्य दिसलं त्यांना.

हरीण जंगली झुडपात अडकून धडपडत होतं. त्याचं सगळं शरीर रक्तबंबाळ झालं होतं. असं वाटत होतं की ती जंगली झाडं त्याला आपल्याजवळ ओढून घेतायत जणू काही. ते हरीण जोरजोरात धडपडून त्यातून बाहेर सुटायचा प्रयत्न करत होतं. शेवटी एकदाचं ते सुटलं बिचारं. कसाबसा जीव वाचवला त्यानं स्वत:चा.

मंत्र्याने हा सगळा प्रकार राजाला सांगितला. राजाला धक्काच बसला हे ऐकून. ते म्हणाले, ''तेनालीराम हा काय प्रकार आहे?''

''महाराज पुढे भयंकर झाडी आहे. या झाडांचे काटे प्राण्याच्या शरीरात घुसून रक्त शोषून घ्यायला लागतात. जो जीव यांच्या तावडीत सापडतो तो अर्धमेला झालाच म्हणून समजा. झाडावरून मंत्र्यांनी स्वत:च्या डोळ्यांनी रक्तबंबाळ हरीण पाहिलंय. म्हणूनच मी तुम्हाला थांबवलं महाराज.''

चकित होऊन राजा मंत्री आणि दरबाऱ्यांकडे पहात म्हणाला, ''कळलं तुम्हाला, तेनालीरामला मी कायम बरोबर का घेतो ते?''

सगळेजण एवढंसं तोंड करून एकमेकांकडे बघायला लागले.

खोडसाळ घोडा

विजयनगरच्या शेजारी मुसलमान राज्यात चांगली बलाढ्य सेना होती. राजा कृष्णदेवरायची इच्छा होती की विजयनगरची अश्वसेना एकदम बळकट व्हावी. म्हणजे मग शत्रूने आक्रमण केलंच तर सावध असावं.

मंत्र्यांनी घोडे सांभाळायचा एक सोपा उपाय सुचवला. ''नागरिकांनाच घोडे पाळायला द्यावेत. जेव्हा युद्धाची वेळ येईल तेव्हा त्यांना एकत्र करावं.''

राजाला हा सल्ला पटला. त्याने एक हजार अरबी घोडे खरेदी करून नागरिकांमध्ये वाटून टाकले. प्रत्येक घोड्याबरोबर गवत-पाणी आणि औषधांचा खर्चही दिला. दर तीन महिन्यांनी घोड्यांची परीक्षा केली जावी असं ठरलं.

तेनालीरामलाही एक घोडा दिला गेला. घोड्याकरता दिला जाणारा पैसा तेनालीराम स्वत:च वापरून टाकायचा. त्याने घोड्याला एका छोट्या कोठीत ठेवलं. खोलीच्या एका भिंतीला एक छोटंसं भगदाड होतं. त्यातून तेनालीराम एक मूठभर चारा त्या घोड्याला खायला घालायचा. भुकेला घोडा त्याच्या हातावर झडप घालून क्षणार्धात तो चारा गडप करून टाकायचा.

तीन महिन्यांनी सगळ्यांच्या घोड्यांची पाहणी करण्यात आली. बरेच घोडे अशक्त झालेले दिसले.

राजाने तेनालीरामला विचारलं, "तुझा घोडा कुठाय?"

"महाराज, माझा घोडा फार खोडसाळ आहे. आपण अश्वपालाला माझ्यासोबत पाठवावं. तोच घोड्याला इथे घेऊन येऊ शकेल."

भुरकट दाढी असलेला अश्वपाल तेनालीरामबरोबर निघाला. कोठीजवळ आल्यानंतर तेनालीराम त्याला म्हणाला, "अश्वपाल, तुम्हीच पहा, हा घोडा किती खोडसाळ आहे ते. म्हणून तर त्याला या कोठडीत डांबून ठेवलंय."

" तुला काय माहीत घोड्याला कसं ताळ्यावर आणायचं ते! ते आमचं काम आहे." असं म्हणत अश्वपाल भिंतीला असलेल्या भोकातून आत डोकवायचा प्रयत्न करायला लागला.

आधी त्याची दाढी त्या भोकातून आत गेली. त्या उपाशी घोड्याला वाटलं की आपला चाराच आत आला! त्याने झडप घालून त्याची दाढी तोंडात खेचली. बिचारा

अश्वपाल! कळवळून दाढी सोडवून घ्यायचा प्रयत्न करायला लागला. पण छे! घोडा कुठला सोडतोय.

अश्वपाल जोरजोरात ओरडायला लागला. ही बातमी राजापर्यंत जाऊन पोचली. राजा धावत-पळत बरोबर काही माणसांना घेऊन तिथे आला. एकाने अश्वपालाची दाढी कापून टाकली. तेव्हा कुठे त्या अश्वपालाची सुटका झाली. सगळ्यांनी कोठडी उघडून घोड्याला पाहिलं तर काय! धष्टपुष्ट घोड्याच्या जागी एक चक्क मरतुकडं जनावर उभं होतं.

संतापून राजाने विचारलं, ''या बिचाऱ्या मुक्या प्राण्याला इतके दिवस तू उपाशी ठेवलंस?''

''महाराज, घोडे सांभाळणं हे आम्हा नागरिकांना कसं शक्य आहे? अश्वपालाची ही अवस्था तर आमचं काय? घोड्यांना काबूत ठेवून त्यांची योग्य काळजी घेणं फक्त अश्वपालांनाच जमणार. याला पोटभर खायला घातलं असतं तर माझं काय झालं असतं!''

स्वतःची चूक राजाच्या लक्षात आली. सर्व घोड्यांना एकत्र करायची आज्ञा देऊन त्यांच्या देखरेखीसाठी राजाने वेगळ्या चार माणसांना नेमलं.

राजाची मांजरी

एकदा राजाला बातमी मिळाली की राज्यात फार उंदीर झाले आहेत. म्हणून त्याने निर्णय घेतला की या उंदरांचा नायनाट करण्यासाठी एक हजार मांजरी पाळायच्या. मांजरी मागवून त्या नगरात सर्वांकडे वाटल्या. ज्याला मांजर दिली, त्याला बरोबर एक गायही देण्यात आली. खास मांजरीला दूध मिळावं म्हणून.

याही वेळी तेनालीराम राजापुढे जाऊन उभा राहिला. मग त्यालाही एक मांजरी

आणि एक गाय मिळाली. त्याने काय केलं, पहिल्याच दिवशी मांजरीपुढे उकळतं दूध ठेवलं. मांजर भुकेलेली होती. तिनं पटकन तोंड दुधात घातलं. त्याबरोबर मांजरीचं तोंड भाजलं. त्यानंतर थंडगार दूध जरी समोर ठेवलं तरी मांजर काही त्याला तोंड लावेना. दूध पाहिलं की ती पळून जायची. मग तेनालीराम गाईचं दूध आपल्याच घरी वापरून टाकायचा.

तीन महिन्यांनी एकदा सगळ्या मांजरींची तपासणी केली. सगळ्या मांजरी दूध पिऊन चांगल्या गलेलठ्ठ झाल्या होत्या. मात्र तेनालीरामची मांजरी मात्र हडकुळी आणि वेगळीच दिसत होती.

राजाने रागावून विचारलं, ''काय रे, तू या मांजरीला गाईचं दूध पाजलेलं दिसत नाही!''

''महाराज, अहो ही मांजर तर दुधाला तोंडसुद्धा लावत नाही.'' तेनालीरामने भोळेपणाचा आव आणत सांगितलं.

''काय थापा मारतोस? मांजर दूध पीत नाही? तुला काय वाटतं, तुझ्या या थापांना मी फसेन होय?''

''मी खरंच सांगतोय महाराज. ही मांजर दूधच पीत नाही.''

"तू बोलतोयस ते खरं निघालं तर मी तुला शंभर सुवर्णमुद्रा देईन. पण जर का मांजर दूध प्यायली तर तुला शंभर चाबकाचे फटके खावे लागतील." राजा म्हणाला.

तेनालीरामने हे मान्य केलं.

एका मोठ्या वाटीत दूध मागवलं गेलं. राजाने मांजरीला उचलून घेतलं आणि आपल्या हाताने दूध पाजण्याचा प्रयत्न केला, "पी, मनीमाऊ दूध पी."

दूध बघताच मांजर एकदम बिथरली. ती राजाच्या हातातून उडी मारून म्याँव म्याँव करत पळूनच गेली.

"चला, द्या माझ्या शंभर सुवर्णमुद्रा." तेनालीराम म्हणाला.

"ते ठीक आहे. पण मला आधी त्या मांजरीला नीट पाहून घ्यायचंय." राजा म्हणाला.

मांजरीला नीट पाहिल्यावर राजाच्या लक्षात आलं की त्या मांजरीच्या तोंडावर भाजल्याचा डाग आहे.

राजा म्हणाला, ‘‘दुष्टा, तू मुद्दामहून या मांजरीला गरम दूध प्यायला दिलंस. त्यामुळे हिला दुधाची भीती बसली. होय की नाही? तुला काही वाटतं की नाही?’’

‘‘महाराज, क्षमा करा. राजाचं प्रथम कर्तव्य आहे की राज्यातल्या मुलाबाळांना पहिल्यांदा दूध मिळवून देणं. मांजरींना नंतर.’’

राजा कृष्णदेवरायना हसू आवरता आवरेना. त्यांनी त्याला १०० सुवर्णमुद्रा दिल्या खऱ्या पण देताना म्हणाले, ‘‘तुझं बरोबरच आहे. पण यापुढे मुक्या प्राण्यांना असा त्रास देऊ नकोस.’’

तेनालीरामनेही आपली चूक मनापासून कबूल केली. त्यानंतर त्या मांजरीला त्याने प्रेमानं सांभाळलं.

कलेचा चमत्कार

राजाने एक नवा महाल बांधला. तिथे एका चित्रकाराकडून भिंतींवर सुंदर चित्रं काढून घेतली. राजा दरबारी लोकांना ती चित्रं दाखवायला महालात घेऊन गेला. सगळ्यांनीच त्या चित्रांची खूप वाहवा केली. पण एकटा तेनालीराम तेवढा गप्प होता.

त्याला एक चित्र दिसलं. त्यात एका माणसाचा एकाच बाजूचा चेहरा दिसत होता. तो म्हणाला, ''महाराज, या माणसाचा उरलेला अर्धा चेहरा कुठे आहे?''

''तुझी तरी कमालच आहे हं,'' राजा हसत म्हणाला, ''अरे दुसऱ्या अर्ध्या भागाची कल्पना करायची असते.''

तेनालीराम गप्प बसला.

काही महिन्यांनी तेनालीराम राजाला म्हणाला, ‘‘महाराज, मी गेले कित्येक दिवस चित्रं काढायला शिकतोय. उत्तम चित्रकारांनाही मागे टाकू शकेन.’’

राजा म्हणाला, ‘‘चांगली गोष्ट आहे. नाहीतरी उन्हाळ्यात मी राहतो त्या महालात चित्रं नाहीच आहेत. तू त्या भिंतीवर आपल्या कलेचा चमत्कार दाखव.’’

तेनालीरामने हे काम हाती घेऊन मन लावून केलं. एक महिन्यानं त्याने राजाला आपल्या मंत्रीमंडळाबरोबर येऊन चित्रं बघण्याचं आमंत्रण दिलं.

सगळेजण महालात पोचले. त्यांनी जे पाहिलं ते बघून कपाळावर हातच मारून घेतला. सगळ्या भिंतींवर शरीराच्या वेगवेगळ्या भागांची चित्रं काढली होती. कुठे नुसते हात, कुठे गुडघे, कुठे कोपर, नाक, कान, डोळे असं सगळं वेगवेगळं होतं.

संतापाने राजा म्हणाला, ‘‘हे काय? शरीराचे अवयव एकत्र का नाहीत?’’

‘‘त्यांची कल्पना करायची महाराज.’’ गंभीर चेहरा करून तेनालीराम म्हणाला.

राजाने दोन शिपायांना बोलावलं. मागे एकदा या शिपायांना तेनालीराममुळे चाबकाचे फटके खावे लागले होते. राजाने हुकूम दिला, ‘‘घेऊन जा याला. लगेच शिरच्छेद करा याचा. या माणसाने वैताग आणलाय नुसता. माझा सगळा महाल खराब करून टाकला.’’

तेनालीरामला घेऊन जाताना शिपायांना आनंदाच्या उकळ्या फुटत होत्या. त्यांना तेनालीराम म्हणाला, ‘‘आता काही मरण चुकत नाही. तळ्याच्या पाण्यात उभं राहून मला प्रार्थना करू द्या. मेहेरबानी होईल तुमची. मला निदान स्वर्ग तरी मिळेल.’’

शिपाई म्हणाले, ‘‘खबरदार, काही चलाखी करण्याचा प्रयत्न करशील तर!’’

‘‘तुम्ही असं करा, तलवार घेऊन दोघंही माझ्या शेजारी उभे रहा. मी जर स्वत:ला वाचवायचा प्रयत्न करायला लागलो तर खुशाल तुकडे तुकडे करा माझे.’’

तेनालीरामच्या शेजारी ते उभे राहिले. अर्ध्या तासानं, 'चालवा तलवारी' असं ओरडत तेनालीरामने पाण्यात डुबकी मारली. दोघा शिपायांनी घाईघाईनं तलवारीचे वार केले पण ते त्यांनाच एकमेकांना लागले. आणि दोघंही प्राण गमावून बसले.

तेनालीराम राजाकडे पोचला. तोपर्यंत राजाचा राग शांत झाला होता. राजा चकित होऊन म्हणाला, ''अरे तू कसा काय वाचलास?''

''महाराज, त्या दोघांनी मला मारायच्या ऐवजी एकमेकांना मारलं.''असं म्हणत तेनालीरामने सगळी हकिगत सांगितली.

''यावेळी तुला सोडून देतो. पण पुन्हा असा खोडसाळपणा करायचा नाही.''

पण तेनालीरामच्या खट्याळपणाला काही अंत होता का?

म्हातारपणातला मृत्यू

विजापूरचा सुलतान आदिलशहाला सारखी भीती वाटायची की राजा कृष्णदेवराय आपल्यावर आक्रमण करेल. रायचूर आणि मदकल हे आपले प्रदेश काबीज करेल. आपल्या पराक्रमानं कोडीवडु, कोंडपल्ली, उदयगिरी, श्रीरंगपत्तनम, उमत्तूर आणि शिवसमुद्रम हे प्रदेश राजाने जिंकून घेतले होते. राजा कृष्णदेवरायचा काटा काढूनच हे दोन प्रदेश वाचवता येतील असं सुलतानाला वाटलं.

त्याने भरपूर बक्षिसाची लालूच दाखवून तेनालीरामचा जुना वर्गमित्र आणि त्याच्या मामाचा नातलग असलेल्या कनकराजूला या कामासाठी तयार केलं.

कनकराजू तेनालीरामच्या घरी पोचला. तेनालीरामने आपल्या मित्राचं आनंदानं स्वागत केलं. आपल्या घरी त्याला प्रेमानं ठेवून घेतलं. त्याची खूप सरबराई केली.

एक दिवस काही कामानिमित्त तेनालीराम बाहेर गेला होता. तेव्हा या कनकराजूने राजाला तेनालीरामच्या नावानं निरोप पाठवला की, 'आपण जर आत्ता ताबडतोब माझ्या घरी आलात तर अशी विलक्षण गोष्ट तुम्हाला दाखवीन की तुम्ही आयुष्यात कधी पाहिली नसेल.'

राजा शस्त्राशिवायच तेनालीरामच्या घरी पोचला. अचानक कनकराजूने राजावर वार केला. सुरा लागण्यापूर्वीच राजाने त्याचं मनगट गच्च धरलं. त्याच क्षणी राजाच्या अंगरक्षकांनी कनकराजूला धरलं आणि तिथेच त्याला मारून टाकलं.

राजावर हल्ला करणाऱ्या माणसाला आसरा दिला म्हणून कायद्यानुसार तेनालीरामला मृत्युदंडाची शिक्षा देण्यात आली. त्याने दयेची याचना केली.

राजा म्हणाला, "राज्यातले नियम तोडून मी तुला क्षमा करू शकत नाही. मात्र तुला मृत्यू कशा प्रकारचा हवा हे तू सांगू शकतोस."

“मला म्हातारपणीचा मृत्यू हवा महाराज.” तात्काळ तेनालीराम म्हणाला. सगळी सभा अवाक् झाली.

राजा हसून म्हणाला, “तेनालीराम याहीवेळा तुझ्या हुशारीने वाचलास तू.”

कुत्र्याचं शेपूट

'माणसाचा स्वभाव बदलता येतो की नाही' या विषयावर एकदा राजा कृष्णदेवरायच्या दरबारात जोरदार चर्चा चालली होती. काहीजणांना वाटत होतं की बदलता येऊ शकेल. काहीजण म्हणत होते की, हे अजिबात शक्य नाही. कुत्र्याचं शेपूट कधी सरळ करता येतं का?

राजाला गंमत करायची लहर आली. तो म्हणाला, "आता विषय कुत्र्याच्या शेपटीपर्यंत आलाच आहे तर बघूया प्रयोग करून. कुत्र्याचं शेपूट जर कोणी सरळ करून दाखवलं तर माणसाचा स्वभाव बदलू शकतो हे आपण मान्य करू. नाहीतर नाही."

ज्या माणसाला वाटत होतं की माणसाचा स्वभाव बदलणं शक्य आहे, तो म्हणाला, "मला असं वाटतं, जर योग्य प्रयत्न केले तर कुत्र्याचं शेपूट सरळ करता येऊ शकेल."

राजाला गंमत वाटायला लागली. तो म्हणाला, ''ठीक आहे. तुम्ही दाखवा प्रयत्न करून.''

राजाने १० निवडक व्यक्तींना कुत्र्याची पिल्लं दिली. आणि त्यांना पाळण्याचा खर्च म्हणून सहा महिन्यांकरता दरमहा दहा सुवर्णमुद्रा द्यायचं निश्चित केलं. आता या सगळ्या लोकांवर कुत्र्याचं शेपूट सरळ करून दाखवायची जबाबदारी होती. या दहा व्यक्तींमध्ये एक तेनालीरामही होता.

बाकी नऊजणांनी या सहा महिन्यात कुत्र्याचं शेपूट सरळ करायचे खूप प्रयत्न केले. एकाने कुत्र्याच्या शेपटाचं टोक जड वजनदार वस्तूने दाबलं. दुसऱ्याने पितळेच्या नळीत शेपूट घालून ठेवलं.

तिसऱ्याने आपल्या पिल्लाचं शेपूट सरळ करण्यासाठी रोज मालीश करायला सुरुवात केली.

चौथ्याने काहीतरी औषधपाणी केलं. त्याला वाटलं औषधाचा परिणाम होऊन शेपूट सरळ होईल.

पाचव्याने आपल्या घरी चक्क एका ब्राह्मणालाच ठेवून घेतलं. हे भटजीबुवा कुत्र्याचं शेपूट सरळ व्हावं म्हणून रोज पूजापाठ करायला लागले.

सहाव्याने एका मांत्रिकाला पकडून आणलं. हा मांत्रिक तंत्र-मंत्र करून कुत्र्याचं शेपूट सरळ करायचा प्रयत्न करायला लागला.

सातव्याने आपल्या कुत्र्याचं सरळ ऑपरेशनच करून टाकलं.

आठवा माणूस सहा महिने रोज कुत्र्यासमोर बसायचा आणि त्याला उपदेश करायचा की, 'अरे शेपटी सरळ ठेव, वाकडी करू नकोस.'

नवव्याने रोज कुत्र्याला मिठाई खायला घातली. त्याला आशा वाटत होती की या लाडांमुळे कुत्रं त्याचं ऐकेल आणि आपली शेपटी सरळ करेल.

पण तेनालीरामने वेगळाच उपाय केला. तो कुत्र्याला इतकंच खायला घालायचा की कुत्रा जेमतेम जिवंत राहील. उपासमार होऊन ते कुत्रं बिचारं इतकं अर्धमेलं झालं की त्याचं सगळं अंगच निर्जीव झाल्यासारखं झालं. त्याची शेपटी जीव नसल्यासारखी लटकत राहिली. त्यामुळे सरळ वाटायला लागली.

सहा महिन्यांनंतर राजाने आदेश दिला की दाही पिल्लांना दरबारात हजर केलं जावं. नऊजणांनी चांगल्या गुबगुबीत पिल्लांना आणलं.

पहिल्याच पिल्लाच्या शेपटीवरचं वजन काढताच शेपटी पुन्हा वाकडी झाली. दुसऱ्याची नळीतून शेपटी काढल्यावर पुन्हा वाकडी होऊन बसली. उरलेल्या सात पिल्लांच्या शेपट्याही वाकड्याच होत्या. मालीश, औषधं, पूजापाठ, मंत्र-तंत्र कशाचाही उपयोग झाला नव्हता. ऑपरेशन करून, उपदेश करून, मिठाई खायला घालूनही काही फायदा नव्हता झाला.

राजा तेनालीरामला म्हणाला, ''तुला दिलेलं पिल्लू कुठंय? बघू बरं दाखव.''

तेनालीरामने आपलं अर्धमेलं पिल्लू राजासमोर ठेवलं. त्याचं सगळं अंग उतरलं होतं. शेपूटही निर्जीवपणे लटकत होती.

तेनालीराम म्हणाला, ''महाराज, मी कुत्र्याचं शेपूट सरळ करून दाखवलं.''

''दुष्ट कुठला,'' राजा म्हणाला, ''मुक्या प्राण्याची दया नाही का रे आली तुला? खुशाल उपाशी ठेवलंस त्याला? याच्या अंगात तर, शेपूट हलवायचं सुद्धा त्राण उरलेलं नाहीये.''

''महाराज, तुमची जर आज्ञा असती की याला चांगलं खाऊ पिऊ घाला तर मी अजिबात कसर ठेवली नसती. तुम्ही फक्त याचं शेपूट सरळ करायचा आदेश दिला होतात. तो याला उपाशी ठेवूनच आणणं शक्य होतं. माणसाचा स्वभावही असाच आहे. बदलता बदलत नाही. फक्त तुम्ही तुरुंगात डांबून उपाशीच ठेवलंत तर त्याचा स्वभावही बदलू शकतो.''

राजाला आणि इतरांना हे मनापासून पटलं.

प्राण वाचवले

एकदा तेनालीरामला समजलं की एक माणूस साधूचा वेष घेऊन लोकांना फसवतो आहे. प्रसादात धोतरा घालून तो लोकांना खायला द्यायचा. पैशाच्या लोभापायी तो लोकांच्या शत्रूंच्या सांगण्यावरून हे काम करायचा. धोतरा खाल्ल्यावर काहीजण मरून जायचे, काहींना वेड लागायचं.

एकदा त्याने दिलेला धोतरा खाऊन वेडा झालेला इकडे-तिकडे फिरत होता. पण धोतरा खायला घालणाऱ्या विरुद्ध काहीच पुरावा नव्हता. त्यामुळे तो बिनधास्त फिरायचा. तेनालीरामने त्या माणसाला चांगला धडा शिकवायचं ठरवलं.

एक दिवस हा दुष्ट माणूस रस्त्यावर भटकत असताना तेनालीराम त्याच्याजवळ गेला. बोलण्यात गुंगवून त्याला तो त्या वेड्याजवळ घेऊन गेला. तिथे गेल्यावर तेनालीरामने हळूच त्या दुष्ट माणसाचा हात वेड्याच्या डोक्यावर मारला.

आता या वेड्यानं तरी काय करावं! मागचापुढचा विचार न करता त्याने सरळ त्याचे केस पकडून त्याचं डोकं आपटायला सुरुवात केली. त्याला इतकं मार-मार मारलं की तो ढोंगी माणूस मरून गेला.

झालं!... हे प्रकरण राजापर्यंत जाऊन पोचलं. राजाने त्या वेड्याला सोडलं खरं, पण रागाच्या भरात तेनालीरामला हत्तीच्या पायाखाली देण्याची आज्ञा दिली.

दोन शिपाई तेनालीरामला एका शांत ठिकाणी घेऊन गेले. तिथे त्याला त्यांनी मानेपर्यंत जमिनीत गाडून टाकलं. आणि मग हत्तीला आणायला निघून गेले.

थोड्या वेळानी तिथे एक कुबडा (पाठीला आलेला बाक) धोबी आला. त्याने तेनालीरामला विचारलं, "काय रे, हे काय? असा जमिनीत का पुरून बसलायस?"

तेनालीराम म्हणाला, "अरे, मी गेली दहा वर्षं तुझ्यासारखाच कुबडा होतो. जो-तो मला आपला हसत असे. शेवटी एक दिवस मला एक साधुबुवा भेटले. ते म्हणाले, 'या पवित्र जागेवर एक सबंध दिवस जर डोळे मिटून, न बोलता मानेपर्यंत स्वत:ला पुरून उभा राहिलास तर तुझं कुबड नाहीसं होईल.' जरा माती उकरून मला बाहेर काढतोस का? बघूया तर खरं, कुबड गेलंय का ते!"

धोब्याने त्याच्या आजूबाजूची माती खोदली. जेव्हा तेनालीराम बाहेर पडला तेव्हा त्याला बघून धोबी चकितच झाला. खरंच, कुबड साफ गायब होतं.

तो तेनालीरामला म्हणाला, "गेली कितीतरी वर्षं मी हे कुबडाचं ओझं पाठीवर घेऊन फिरतोय. मला काय माहीत, याच्यावर इतका सोप्पा उपाय आहे ते! मलासुद्धा इथेच पुरून टाक. माझं हे कपड्यांचं गाठोडं तेवढं धोबीगल्लीत माझ्या बायकोला नेऊन दे. तिला म्हणावं उद्या सकाळी मला इकडेच नाष्टा आणून दे. आणि हो, तिला सांगू नकोस बरं का, की उद्यापर्यंत माझं कुबड जाणार आहे म्हणून. मला जरा तिला आश्चर्यचकित करायचं आहे."

"बरं, चालेल." तेनालीराम धोब्याला म्हणाला, त्याने त्याला मानेपर्यंत जमिनीत पुरलं. मग गाठोडं पाठीवर टाकत म्हणाला, "बरं तर चलतो मी. डोळे बंद करून घे. काय वाट्टेल ते झालं तरी तोंड उघडू नकोस. नाहीतर सगळी मेहनत वाया जाईल. कुबड दुप्पट वाढून बसेल."

"काही काळजी करू नकोस. हे कुबड जावं याकरता काहीही करायची तयारी आहे माझी." धोबी म्हणाला. तेनालीरामने तिथून काढता पाय घेतला.

दुसऱ्या दिवशी राजाचे शिपाई तेनालीरामला हत्तीच्या पायाखाली चिरडून टाकणार होते. त्यापूर्वीच तेनालीरामने वेगानं हालचाली करून ढोंगी साधूबद्दलची सगळी बित्तंबातमी गोळा केली आणि पुराव्यासह तो राजवाड्याकडे जायला निघाला. इकडे राजालाही तेनालीरामची आठवण येतच होती. शिवाय त्याला असंही वाटायला लागलं होतं की कदाचित तेनालीरामच्या हातून काहीच चुकीचं घडलं नसेल. किंवा तो जे काही उद्योग करतो त्यात त्याचा एखाद्या निरपराध माणसाला वाचवण्याचा विचार

असतो. असे विचार मनात येऊन राजा राग विसरून उदास होऊन बसला होता. तितक्यात तेनालीराम स्वत:च त्याच्यापुढे हजर झाला.

राजा त्याला पाहून थक्कच झाला. पण त्याला आनंदही वाटला. त्याने तेनालीरामचं सगळं बोलणं शांतपणे ऐकून घेतलं. ते मान्यही केलं आणि अविचारानं त्याला मारून टाकण्याची आज्ञा दिल्याबद्दल माफीही मागितली. तेनालीरामने मोठ्या मनानं राजाला माफ केलं. त्याच्या जागी मातीत पुरून ठेवलेल्या धोब्याला बाहेर काढायची राजाने आज्ञा द्यावी म्हणून विनंती केली. राजाने अर्थातच ती मान्य केली, हे काय सांगायला हवं?

पण मग त्या धोब्याच्या कुबडाचं काय झालं?

मित्रांनो, मातीत पुरल्यामुळे ते जाणार नव्हतंच. तेनालीरामलाही ते माहीत होतं; पण त्याला कसंही करून तिथून सटकायचं असल्यामुळे त्याने थाप ठोकली होती. तेनालीरामने त्याला तिथून बाहेर काढायची व्यवस्था केली. त्याच्या कुबडावर उपचार करण्याकरता त्याला पुरेसे पैसे दिले. तेनालीरामने आपली चेष्टा केली म्हणून धोबी आधी जरा रागावला. नंतर मात्र त्यालाही हसू आलं. तेनालीरामला माफ करून त्याने उपचारासाठी दिलेले पैसे घेतले आणि निघून गेला.

खोड मोडली

तुंगभद्रा नदीजवळच रामय्या नावाचा एक अतिश्रीमंत जमीनदार राहत होता. त्याच्याकडे पुष्कळ जमीनजुमला होता; त्याला एकच मुलगा होता.

एवढा पैसेवाला असूनही रामय्या महाकंजूष होता. पै न् पै चा हिशेब ठेवायचा. तो नुसता चिक्कूच होता असं नाही, तर चलाखही होता. लोकांना फुकटात राबवून घेण्यात हुशार होता.

एकदा त्याच्याकडे एक गावाकडचा साधाभोळा मुलगा आला. त्याने काही काम मागितले.

रामय्याने मनात हिशेब केला, 'गरजू आणि भोळसट दिसतोय. याचा चांगलाच उपयोग करून घेता येईल; पण याला फुकटात राबवून घ्यायचं असेल तर काहीतरी युक्तीच करावी लागेल.'

नीट विचार करून तो म्हणाला, ''मी तुला नोकरी देईन; पण एका अटीवर. तुला एक करार करावा लागेल.''

त्या गरीब बिचाऱ्या मुलाने दोन दिवस अन्नाचा कणसुद्धा पाहिला नव्हता. त्याच्या कपड्यांची पण लक्तरं झाली होती. त्यामुळे त्याने घाईघाईने त्याच्या सगळ्या अटी मान्य करून टाकल्या.

रामय्या म्हणाला, ''आपण सगळं स्पष्ट ठरवूनच टाकू. तुला धान्य दळावं लागेल. भात कांडावा लागेल. विहिरीवरून पाणी उपसून भरणं, झाडांना पाणी घालणं, गाईगुरं चरायला नेणं, घरात माझ्या बायकोला लागेल ती मदत करणं आणि माझ्या मुलाला सांभाळणं. ही सगळी कामं करावी लागतील. त्याच्या बदल्यात मी तुला दोन वेळा पोटभर जेवायला देईन. इथे तुझी फुकटात रहायची सोय करीन.''

यावर मुलाने मूकपणे मान हलवली.

''आम्ही तुला रघू म्हणू.'' रामय्या म्हणाला.

मुलाचा चेहरा एकदम उजळला.

तो म्हणाला, ''मालक, माझं खरं नाव राघवेंद्रन आहे; पण लोक मला रघूच म्हणतात.''

त्याच्या बोलण्याकडे दुर्लक्ष करत रामय्या म्हणाला, ''हे बघ, एक गोष्ट तुला सांगून ठेवतो. जर कधी तुला नोकरी सोडावीशी वाटली तर तू मला दहा सुवर्णमुद्रा दिल्या पाहिजेस. मी तुला काढून टाकलं तर मी तुला दहा सुवर्णमुद्रा देईन. ठीक आहे?''

रघूने यावरही मान डोलावली.

रामय्या म्हणाला, ''मी हा करार लिहून काढतो. त्यावर दोघेजण सह्या करूया.''

रामय्याने त्याला घरात नेऊन करार बनवला.

दोघांनी त्यावर सह्या केल्या.

पहाटे चारपासून रघू जो कामाला जुंपला जायचा तो रात्री उशिरापर्यंत. दिवसभर धावपळ करून बिचारा जेरीस आला. दोनच महिन्यांत त्याची अतिशय वाईट अवस्था झाली. त्याचे आई-वडील त्याला भेटायला आले तर ते त्याला ओळखूच शकले नाहीत. त्याच्या आई-वडिलांना धक्काच बसला. त्यांनी त्याला परत घेऊन जायचं ठरवलं.

रामय्या लगेच त्यांच्यापुढे करार नाचवत म्हणाला, ''तुम्हाला नोकरी सोडताना कराराप्रमाणे दहा सुवर्णमुद्रा देऊनच जावं लागेल.''

ते इतके गरीब होते, की दहाच काय एकही सुवर्णमुद्रा देणं त्यांना शक्य नव्हतं. हताश होऊन दोघं रडत रडत बाहेर पडले. कुणीतरी त्यांना विचारलं 'काय झालं' म्हणून.

सर्व ऐकल्यावर त्या माणसाने त्यांना तेनालीरामला भेटायला सांगितलं. तेनालीराम दरबारी कामाव्यतिरिक्त लोकांना खूप मदत करायचा.

या दोघांनी जाऊन त्याला सगळी कथा ऐकवली. तेनालीरामने त्यांना

मदत करायचं आश्वासन दिलं.

त्या दोघांची राहायची सोय करून तो रामय्याकडे गेला. त्याने रामय्याला धडा शिकवायचं ठरवलं. रामय्याला तो म्हणाला, ''रघूला नोकरीतून मोकळं करा. त्याच्या ऐवजी मी तुमच्याकडे काम करायला तयार आहे.''

रामय्या म्हणाला, ''मग त्याच्याशी केलेला करार तुला पण लागू होईल. चालणार आहे का?''

तेनालीराम 'हो' म्हणाला.

रामय्याने रघूला जाऊ दिलं. तो त्याच्या आई-वडिलांकडे निघून गेला.

तेनालीरामने सकाळी उठून पाणी भरलं. काही झाडांना पाणी घातलं, थोडे तांदूळ सडले, थोडं धान्य दळलं. अर्धा तास गाईंना चरून परत आणलं.

रामय्या चकितच झाला. मग त्याने बायकोला मदत करायला आणि मुलाला सांभाळायला सांगितलं. तर तेनालीरामने स्वैपाकघरात जाऊन स्वत:साठी ताट वाढून घेतलं, कोपऱ्यात शांतपणे खात बसला. हे बघून रामय्याची बायको चिडली.

तिने त्याला मुलाला सांभाळायला सांगितलं तर त्याने लक्षच दिलं नाही. उलट त्या मुलाला हळूच एक चिमटा काढला. त्याबरोबर मुलगा रडायला लागला.

तेनालीराम म्हणाला, "काय किरकिरं आहे हो हे कार्टं?"

हे ऐकून रामय्याची बायको तणतणत रामय्याकडे जाऊन तेनालीरामची तक्रार करायला लागली.

रामय्याने चिडून तेनालीरामला विचारलं, "काय चाललंय काय तुझं? काम का करत नाहीस?"

तेनालीराम भोळसटपणाचा आव आणून म्हणाला, "मालक, कमाल करता तुम्ही. तुमची सगळी कामं मी पार पाडली आहेत. तरी तुम्ही असं बोलताय. काय अपेक्षा तरी काय आहे तुमची?"

वैतागलेला रामय्या म्हणाला, "काही नाही. तू फक्त चालता हो माझ्या नजरेपुढून."

तेनालीराम म्हणाला, "म्हणजे तुम्ही मला काढून टाकताय नोकरीवरून?"

रामय्या म्हणाला, "होय."

तेनालीराम म्हणाला, "मग चला बघू, झटपट माझ्या १० सुवर्णमुद्रा देऊन टाका कराराप्रमाणे."

आता आली का पंचाईत! पण काही इलाजच नव्हता. रामय्याने त्याला पैसे काढून दिल्यावर तेनालीराम आनंदाने निघून गेला.

रामय्या म्हणाला, "सुटलो एकदाचा. ब्याद गेली."

इकडे तेनालीराम घरी आला. त्याने त्या दहा सुवर्णमुद्रा रघू आणि त्याच्या आई-वडिलांना दिल्या. शिवाय रघूला चांगली नोकरी बघून दिली.

रघू आणि त्याचे आई-वडील भारावूनच गेले.

लेखणी बहाद्दर

कृष्णदेवरायाच्या अष्टमंडळाच्या बुद्धिमत्तेची कीर्ती दूरदूरपर्यंत पोहोचली होती. मुगलसम्राट बाबरही त्यांची नावं ऐकून होता. विजयनगर काबिज करायची महत्त्वाकांक्षा त्याच्या मनात घोळायला लागली होती. तो संधीची वाट बघत होता.

त्याला राजा कृष्णदेवराया बद्दल बरीच माहिती मिळाली. राजा कृष्णदेवराय कलेचा चाहता, गुणग्राहक राजा होता. नृत्य, गायन, वादन, चित्रकला सर्व विषयांत त्याला रस होता.

कार्तिक महिना उजाडला. भली मोठी फौज घेऊन बाबर विजयनगरवर स्वारी करायला निघाला; पण ही बातमी कळताच विजयनगरमधे गडबड उडाली. आत्ता

युद्धाच्या तयारीत कुणीच नव्हतं. मग अष्टदिग्गजांशी चर्चा करून राजाने युद्धबंदी कराराचा प्रस्ताव ठेवायचं ठरवलं. त्याप्रमाणे संदेश घेऊन दूत बाबराकडे पोहोचला.

बाबराने एका अटीवर युद्धबंदी करारावर सही करायचं मान्य केलं. कृष्णदेवरायाच्या अष्टदिग्गजांना एक आव्हान द्यायची त्याची इच्छा होती.

त्याने निरोप पाठवला, "राजा कृष्णदेवराय, तुमच्या दरबारातील कुणीही मला एका आठवड्यात संपूर्ण महाभारत पुन्हा लिहून दाखवावं. नवीन महाभारतात, अर्जुनाच्या जागी माझं नाव असावं, दुर्योधनाच्या जागी तुमचं नाव असावं. पांडव माझे मंत्रीमंडळातले लोक असतील. तुमच्याकडची माणसं कौरव असतील. असंख्य प्रकरणात लिहिलं गेलेलं महाभारत जर अशा प्रकारे एक आठवड्यात लिहून दाखवू शकाल तर मी आलो तसा परत जाईन."

हा संदेश घेऊन दूत परत आल्यावर राजा चक्रावलाच. त्याने मंत्रिमंडळाची खास बैठक बोलावली. सगळेजण ही अट ऐकून हबकलेच. कुणालाच काही सुचेना.

शेवटी तेनालीराम उठून म्हणाला, "महाराज, मी हे आव्हान स्वीकारतो. मी जर हरलो तर तुम्ही द्याल ती शिक्षा भोगायला मी तयार आहे."

हे ऐकून राजा तर खूष झालाच; पण बाकीच्या मंडळींनाही हायसं वाटलं.

राजाने मग बाबराला निरोप पाठवला, "आम्ही आव्हान स्वीकारत आहोत. आठ दिवसांनी नवे महाभारत घेऊन तेनालीराम हजर होईल."

हे ऐकून बाबरही खूष झाला. जरी त्याला युद्धबंदी करारावर सही करायला लागली असती तरी राजाला दुर्योधन समजून त्याच्याच माणसाकडून त्याचा अपमान करण्याचा आनंद त्याला मिळणार होता. तो उत्सुकतेनं आठवडा कधी संपतोय याची वाट पाहायला लागला.

इकडे तेनालीराम जोरदार तयारीला लागला. त्याने पुष्कळशी भूर्जपत्रं गोळा करवली. सेवकांकडून एका आकारात कापून त्याचे गठ्ठे बांधायला सांगितले.

आठवड्याने ते सगळे गठ्ठे गाडीवर लादून तेनालीराम सगळा लवाजमा घेऊन बाबराकडे निघाला. तसा निरोप त्याने आधीच पाठवलेला होता.

बाबरानेही जय्यत तयारी केली होती. त्याने राजा कृष्णदेवराय आणि त्याच्या

अष्टदिग्गजांनाही आमंत्रण दिलं होतं. तेही निघाले.

सगळी मंडळी आता बाबराने खास उभारून घेतलेल्या शामियान्यात एकत्र आली. सर्वजण आपापल्या जागी बसले. आता नवे महाभारत ऐकण्यासाठी प्रत्येकजण अपार उत्सुक होता.

तेनालीरामने भूर्जपत्रांचे सगळे गठ्ठे काही सेवकांकरवी तिथे शामियान्यात आणवले. बाबराची आज्ञा घेऊन वाचायला सुरुवात करण्यासाठी त्याने पहिला गठ्ठा हातात घेतला.

तेनालीरामने बोलायला सुरुवात केली, ''आलमपनाह, आपण सांगितल्याप्रमाणे मी नवं महाभारत एका आठवड्यात रचून पूर्ण केलं आहे. मी तुमच्या इच्छेप्रमाणे तुम्हाला अर्जुनाच्या जागी, तुमच्या मंत्रिमंडळाला पांडवांच्या जागी कल्पिलं आहे. अर्जुनाची अत्यंत सुंदर पत्नी द्रौपदी हिच्या जागी आपल्या आदरणीय बेगमसाहेबांना मी कल्पिलं आहे.''

एवढं बोलून त्याने बाबराकडे पाहिलं. त्याने खूष होऊन मान हलवली.

तेनालीराम पुढे म्हणाला, ''मला एक छोटीशी समस्या आहे. ती समस्या केवळ तुम्हीच सोडवू शकाल. तुम्ही ती सोडवलीत की मी लगेच नवं महाभारत वाचायला सुरुवात करतो.''

बाबर म्हणाला, ''कोणती समस्या?''

तेनालीराम म्हणाला, ''त्याचं काय आहे, मूळ महाभारतात अर्जुनपत्नी द्रौपदी हिला पाच पती होते. नव्या महाभारतात अर्जुनाच्या जागी आपल्याला कल्पिल्यावर, बाकीच्या चार पतींचे काय? आपण कृपावंत होऊन ती चार नावं मला सांगितलीत, की लगेच वाचनाला सुरुवात करतो.''

हे ऐकून बाबर चपापला. सगळा दरबार एकदम स्तब्ध झाला. राजा कृष्णदेवराय आणि त्याच्या मंत्रिमंडळाच्या मनात आनंदाच्या उकळ्या फुटायला लागल्या.

बाबर गोरामोरा झाला. त्याला क्षणात आपली चूक उमगली. त्याने सेवकांना आज्ञा दिली, ''ते सगळे गठ्ठे उचला आणि जाळून टाका.''

त्याप्रमाणे सेवकांनी गठ्ठे उचलून नेले.

बाबर राजा कृष्णदेवरायला म्हणाला, ''आम्ही आमची अट काढून घेतो आणि युद्धबंदी करारावर सही करतो.''

त्याने राजाकडे तेनालीरामची खूप स्तुती केली. तेनालीरामला खास बक्षीसही दिले.

राज्यात परतल्यावर राजाने तेनालीरामला मिठीच मारली. अभिमानाने राजा म्हणाला, ''तेनाली, आज तू आमची आणि राज्याची लाज राखलीस. कमाल आहे तुझी.''

राजाने तेनालीरामला खास बक्षीस देऊन त्याचं विशेष कौतुक केलं.

काळा का ?

एके दिवशी तेनालीरामला दरबारात यायला उशीर झाला. तो आला तेव्हा सगळे दरबारी पोट धरधरून हसत होते. चक्क राजासुद्धा हसत होता.

तेनालीराम आश्चर्याने म्हणाला, ''काय बुवा झालं इतकं हसायला?''

राजगुरू सांगायला लागले, ''आम्ही आमच्या रंगाबद्दल बोलत होतो तेनालीराम. आम्ही सगळेच जण गोरे आहोत, पण तू एकटा मात्र... हीः हाः हाः'' परत सगळे हसायला लागले.

आज तेनालीरामची त्याच्या काळ्या रंगावरून चेष्टा करण्याची आयती संधी राजगुरूंना मिळाली होती.

थट्टेखोरांचा हा बेत न कळायला तेनालीराम दूधखुळा थोडाच होता?

न रागावता हळूच हसत तो म्हणाला, ''माझ्या या काळ्या रंगात हसण्यासारखं काहीच नाही. उलट एक रहस्यच आहे त्यामागे.''

"रहस्य? कसलं रहस्य?" सर्वांनी विचारलं.

तेनालीराम सांगायला लागला, "फार पूर्वी ब्रह्मदेव या सृष्टीची रचना करत होता. त्याने पानं, फुलं, पक्षी, प्राणी असं निर्माण केलं. तरीही त्याला काहीतरी विलक्षण जन्माला घालायचं होतं. म्हणून त्याने माणूस बनवला."

सगळेजण लक्षपूर्वक ऐकत होते. काही अधीरपणे म्हणाले, "मग पुढे?"

तेनालीराम हसत बोलायला लागला, "मग देवाला वाटलं, की माणसाकडे असं काहीतरी असलं पाहिजे जे इतर कोणाकडेच नाही. त्याने माणसाला संपत्ती, सौंदर्य, शक्ती आणि शहाणपण द्यायचं ठरवलं. मग देव माणसांना म्हणाला, 'मी तुम्हाला काही क्षणांचा अवधी देतो. तेवढ्यात यातलं जितकं घेता येईल तितकं घ्या.'

"मग काय, सगळ्यांची धावपळ सुरू झाली. मी शहाणपण गोळा करण्यात गुंगलो होतो. तोपर्यंत सगळ्या बाकीच्या गोष्टी तुम्ही सर्वांनी घेऊन संपवल्या होत्या. म्हणून माझा रंग काळा आहे." तेनालीरामचे डोळे मिष्कीलपणे चमकत होते.

यावर रागाने राजगुरू काही बोलणार, तोच राजा मोठ्याने हसत म्हणाला, "तेनाली तुझ्या हुशारीला तोड नाही. तुझ्या रंगावरून तुझी थट्टा केल्याबद्दल आम्हाला क्षमा कर."

मिरच्या झोंबल्या

एकदा काही कारणाने राजा कृष्णदेवरायने तेनालीरामला राज्यातून हद्दपार केलं.

तेनालीराम दुसऱ्या एका गावात जाऊन साधेपणाने राहू लागला. हळूहळू तिथेही तो लोकप्रिय झाला. लोक त्याच्या हुशारीवर खूष होऊन विश्वासाने आपले प्रश्न घेऊन त्याच्याकडे येत असत.

पण तरीही तेनालीरामला आयुष्य अर्थहीन वाटत होतं. राजाची आठवण येत होती. इकडे राजा कृष्णदेवरायचाही राग आता शांत झाला होता. त्यालासुद्धा तेनालीरामशिवाय करमत नव्हतं.

त्यातच राजाची मुलगी एकाएकी आजारी पडली. खाईना, हसेना, बोलेना. नुसती गप्प पडून राहायला लागली. वैद्य झाले, हकीम झाले, अंगारे-धुपारे झाले, पण छे! काही फरक पडेल तर शपथ. राजाला नुसती काळजी लागून राहिली.

एके दिवशी शिपायाने वर्दी आणली, ''महाराज एक प्रवासी आपल्याला भेटायचं म्हणतोय. तो स्वत:ला तुमचा हितचिंतक म्हणवतोय.''

राजा म्हणाला, ‘‘पाठव आत.’’

तो प्रवासी आत आला. म्हातारा असा गबाळ्या पोषाखातला तो माणूस राजाला नमस्कार करत पुढे आला.

राजा म्हणाला, ‘‘बोल, काय काम आहे?’’

तो म्हणाला, ‘‘महाराज काम काही नाही. मी असं ऐकलं, की आपली कन्या आजारी आहे म्हणून आलो. मला एक चमत्कारी संत माहीत आहेत. तुमची परवानगी असेल तर मी त्यांना इथे घेऊन येऊ का? माझी खात्री आहे, की ते राजकन्येला नक्की बरं करतील.’’

राजाने परवानगी दिली आणि दिवस ठरवला.

त्याप्रमाणे दोन दिवसांनी ते संत दरबारात आले. त्यांनी भगवी कफनी आणि रुद्राक्षांच्या माळा घातलेल्या होत्या. डोक्यावर केशरी फेटा बांधलेला होता. कमरेला कपडा गुंडाळलेला होता.

राजा म्हणाला, “आपण चमत्कार करता असं ऐकलं.”

तो हसत म्हणाला, “महाराज लोकांना तसं वाटतं खरं; पण खरं तर मी समस्येकडे फक्त वेगळ्या दृष्टिकोनातून पाहून उत्तर शोधतो एवढंच.”

राजा म्हणाला, “आपलं बोलणं तर खूपच विद्वत्तापूर्ण आहे.”

तो म्हणाला, “महाराज, मी खूप वाचतो. पुस्तकं वाचण्यानं जे ज्ञान मिळतं, त्या ज्ञानाच्या जोरावरच चमत्कार घडतात.”

राजाने विचारलं, “तर मग सुरुवात कशी करणार?”

तो म्हणाला, “कन्येला बोलवा.”

राजाने सेवकांकरवी तिला बोलावून आणलं.

साधू म्हणाला, “महाराज मला आता दहा माणसांची गरज आहे. जे मी करीन ते माझ्या मागून त्यांनी करावं अशी अपेक्षा आहे.” पण कोणीच पुढे येईना.

साधू म्हणाला, “महाराज तुमच्या मुलीला बरं वाटेल की नाही ते तुमच्या दहा मंत्र्यांच्या हातात आहे.”

राजाने ताबडतोब मंत्र्यांना पुढे यायची आज्ञा दिली. ते पुढे आल्यावर साधू म्हणाला, “महाराज, मी जी गोष्ट डोळे मिटून करीन ती त्यांना उघड्या डोळ्यांनी करावी लागेल.”

राजाने मंत्र्यांना 'कबूल आहे का' विचारलं.

आता प्रश्न राजाच्या मुलीला 'बरं' वाटण्याचा होता. त्यामुळे मंत्र्यांना ते मान्य करण्यावाचून गत्यंतरच नव्हतं.

मग साधूने एक ताटली मागवली. एक कपडा जमिनीवर अंथरून त्यावर तो बसला. समोर ताटली ठेवली.

मग तो मंत्र्यांना म्हणाला, ''मी जे करीन ते तसंच्या तसं तुम्ही सर्वांनी करायचं आहे. कारण राजाच्या मुलीच्या तब्येतीचा प्रश्न आहे. सर्वांनी माना हलवल्या.

मग साधू राजाला म्हणाला, ''महाराज, यांच्यापैकी कोणी चूक केली तर त्यांना शिक्षा करण्याचं स्वातंत्र्य तुम्ही मला दिलं पाहिजे.''

राजा कृष्णदेवरायाला आपली मुलगी लवकर बरी व्हावी असं वाटत असल्यामुळे तो 'बरं' म्हणाला.

साधूने प्रवाशाला खूण केली. म्हाताऱ्या प्रवाशाने एक पिशवी त्याच्याकडे आणून दिली. साधूने ती पिशवी ताटलीत रिकामी केली. त्यात लाल तिखट होतं.

'अलख निरंजन!' असं म्हणून साधूने ती ताटली उचलून डोळे मिटून चेहऱ्यावर ओतली. ते बघितल्याबरोबर राजकन्या टाळ्या वाजवून हसायला लागली. तिला तो प्रकार मजेशीर वाटला.

मग राजकन्या हसली म्हणून राजाला बरं वाटलं. म्हणून तोही हसला. मग राजा हसला म्हणून ते मंत्री आणि दरबारी हसायला लागले.

त्याबरोबर साधूने आपली कफनी, दाढी वगैरे काढून टाकली. समोर तेनालीराम!

राजा तर चकितच झाला. त्याला खूप आनंद झाला. त्याने पटकन् उठून तेनालीरामला जवळ घेतलं.

ठरल्याप्रमाणे त्याने जे डोळे बंद करून केलं ते डोळे उघडून मंत्र्यांनी करायचं होतं, पण लाल तिखट उघड्या डोळ्यांत घालायला कुणीच तयार होईना. मग तेनालीराम देईल ती शिक्षा घ्यायचं त्यांनी मान्य केलं.

तेनालीराम खरंतर दयाळू होता. त्याने त्यांना माफ केलं. पण राजासमोर त्यांच्याकडून कबूल करून घेतलं की ते त्याच्याविरुद्ध राजाचे कान भरणार नाहीत. खोट्या चुगल्या करणार नाहीत.

मग तेनालीराम पुन्हा रुबाबात आपल्या राज्यात परतला.

पैलवानाला शह

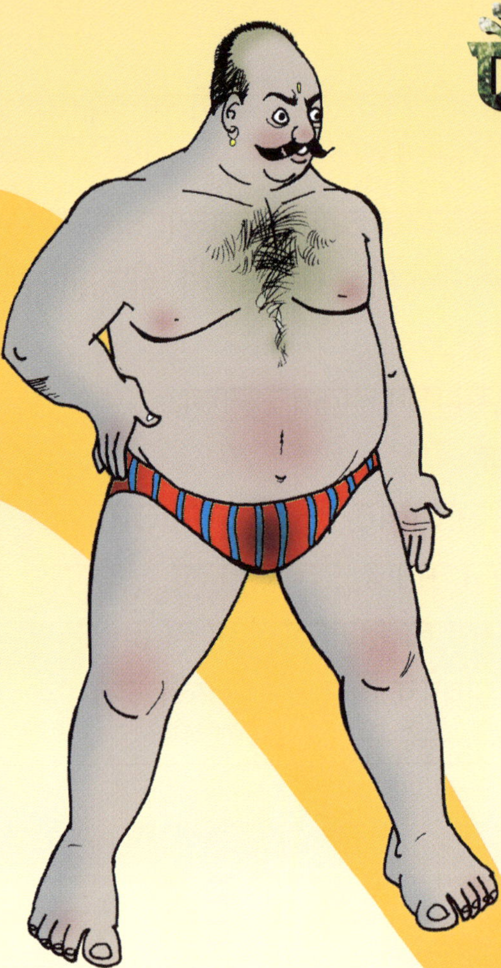

एकदा बजरंग सिंग नावाचा पैलवान विजयनगरला आला. त्याने तिथल्या पैलवानांना कुस्ती खेळायचं आव्हान दिलं.

आजपर्यंत तो अनेक राज्यांत फिरून असा जिंकत आला होता. त्याला कुणीच हरवू शकलं नव्हतं. तो खूप ताकदवान, तरीही चपळ होता. त्याला अनेक डावपेच येत होते.

अशा पैलवानाला हरवू शकेल असं विजयनगरमधे कोणीच नव्हतं.

पण लढत नाकारणं ही नाचक्कीच ठरली असती.

विचार करून राजाने आपल्या हुकमाच्या एक्क्याला बोलावलं. तेनालीरामनेही ते आव्हान हसत हसत स्वीकारलं.

लढतीचा दिवस ठरला. ठरल्याप्रमाणे आता तेनालीराम आखाड्यात उतरला. बजरंग सिंग त्याला बघून सातमजली हसायला लागला. त्याच्यापुढे तेनालीराम म्हणजे हत्तीपुढे उंदीर!

दोघांनी हस्तांदोलन केलं.

कुस्तीला सुरुवात करण्यापूर्वी बजरंग पैलवानाने विचारलं, ''कोणत्या प्रकाराने सुरुवात करायची?''

तेनालीराम म्हणाला, ''झू झू कुस्ती. मी त्यात उस्ताद आहे. त्यातल्या तीन-चार डावपेचांतच मी आजपर्यंत कित्येकांना लोळवलंय. तुलासुद्धा धूळ चारतो की नाही ते बघ.''

''झू झू कुस्ती? हा काय प्रकार आहे?'' बजरंग सिंग चकितच झाला.

तेनालीराम म्हणाला, ''ही बुद्धीची लढत आहे.''

बजरंगसिंग विचारात पडला. त्याने आजपर्यंत तशा तेनालीरामच्या बुद्धिचातुर्याच्या खूप कथा ऐकल्या होत्या. त्याने मनात विचार केला, 'आपली नाचक्की करून घेण्यापेक्षा पळ काढलेला बरा.' मग तो म्हणाला,''ओ हो हो! झू झू कुस्ती! अच्छा! आठवली, पण मी तिचे काही डावपेच विसरलोय. मला जरा एक दिवसाची मुदत देता का? मी तयारी करून उद्या पुन्हा इथे हजर होतो.''

तेनालीराम आणि राजाने ते मान्य केलं.

दुसऱ्या दिवशी ही कुस्ती अर्थातच झाली नाही. कारण बजरंग सिंगने रातोरात पोबारा केला होता.

राजा तेनालीरामची पाठ थोपटत म्हणाला, ‘‘तेनाली, पण ही झू झू कुस्ती काय आहे? मी सुद्धा ऐकला नाही हा प्रकार.’’

तेनालीराम म्हणाला, ‘‘अहो मी तरी कुठे ऐकलाय? कारण तो अस्तित्वातच नाही. मी आपला मनात आलेला शब्द ठोकून दिला.’’

हे ऐकल्यावर राजाला हसूच आवरेना.

उबदार गारवा

एकदा राजा दरबारी मंडळींना म्हणाला, ''उन्हाळ्यात उन्हाचा फार त्रास होतो. थंडी छान वाटते; पण फार गारठा नको वाटतो. पावसाळा सुंदर वाटतो भिजायला; पण सारखी रिपरिप, चिखल, बाहेर पडायला आडकाठी, तेही कटकटीचं वाटतं. असं एखादं ठिकाण तुम्हाला माहीत आहे, जिथे या तिन्हीतल्या फक्त सुखद गोष्टींचा अनुभव एकत्र घेता येईल?''

मंडळी विचारात पडली. मग एकेकाने उपाय सुचवले.

कुणी म्हणालं, ''महाराज आपण बर्फाळ प्रदेशात हवापालटासाठी जावं.''

महाराज म्हणाले, ''नको. थंड प्रदेशात जाऊन आजारी पडायचं नाही मला.''

कुणी म्हणालं, ''समुद्रकिनारी जावं. तिथे समुद्रस्नानाचा आनंदही मिळेल. वाळूत पडून ऊनही खाता येईल. गार वारंही येईल. शिवाय सुंदर देखावा पाहण्याचा आनंदही मिळेल.''

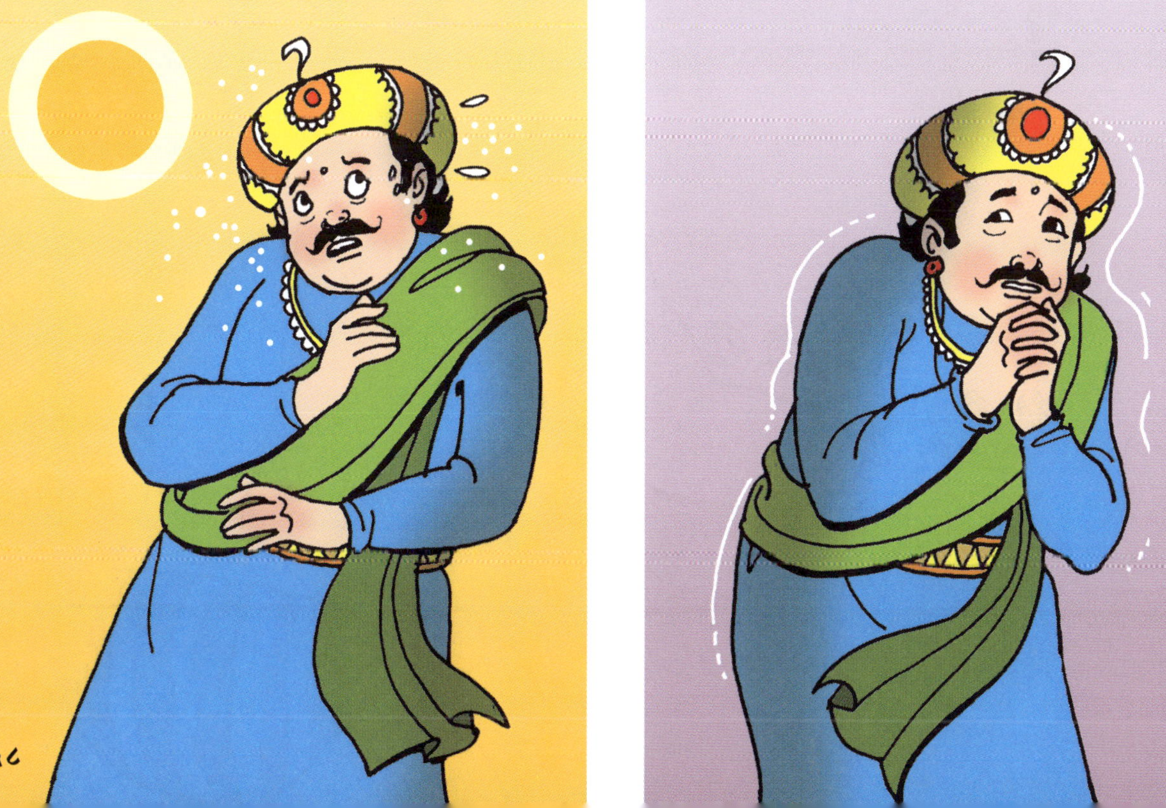

राजाला ही कल्पना आवडली; तो म्हणाला, ''ते सगळं ठीक आहे; पण समुद्रकिनारी हवा दमट असते. तिथे इतर वेळेला उकडून जीव हैराण होईल त्याचं काय? शिवाय मी जर असा कुठेतरी सतत जाऊन राहिलो तर इथल्या राज्यकारभाराचं काय? ते काही नाही. अशी युक्ती शोधा की ज्यात राज्याची गैरसोय न होता आम्हाला पाहिजे तो आनंद मिळावा.''

आता कुणालाच काही सुचेना. मग राजा म्हणाला, ''तेनालीराम, तुला नाही का काही सुचत?''

उभं राहून तेनालीराम म्हणाला, ''महाराज मला आठ दिवसांची मुदत द्या. मी तुमच्या सर्व इच्छा पूर्ण करायची इथल्या इथे सोय करतो.''

''इथल्या इथे? छे! अशक्य!'' प्रत्येकाने अविश्वास दाखवला; पण राजाने त्याला मुदत दिली. त्याला तेनालीरामबद्दल खात्री होती.

आठ दिवसांनी दुपारच्या सुटीत तेनालीराम राजाकडे येऊन म्हणाला, ''महाराज उद्यानात चलावं. ऊन-पाऊस आणि थंडीचा सुखद अनुभव आपली वाट बघतोय.''

राजा आणि दरबारी लगेच कुतूहलाने उद्यानात गेले.

तेनालीरामने महाराजांच्या स्नानाची तिथे तयारी करून ठेवली होती. राजाला त्याने पाण्यात उतरायला सांगितलं. राजा पाण्यात उतरताच त्याने सेवकांना खूण केली. त्याबरोबर राजाच्या अंगावर चारी बाजूंनी कारंजाचे फवारे उडायला लागले. राजा अतिशय खूष झाला.

तेनालीराम म्हणाला, ''महाराज, आपण हवा तितका वेळ पावसात भिजायचा, गार पाण्यात डुंबायचा आनंद घ्या. थंडी वाजली तर इकडे उन्हात पलंग मांडून ठेवलाय. त्यावर पडून उन्हाचा आनंद घ्या. त्यात आपल्याला कोवळ्या उन्हात पडल्यासारखं वाटावं म्हणून वरती पांढऱ्याशुभ्र कापडाचा मांडव घातलाय. त्यामुळे उन्हाचे चटके बसणार नाहीत. हा आनंद इथल्या इथे तुम्ही कधीही घेऊ शकता शिवाय राज्याची गैरसोयही होणार नाही.''

राजा म्हणाला, ''तेनाली, तुझी तारीफ करावी तेवढी थोडीच आहे. तुझ्यासारखा हुशार माणूस असताना आम्हाला कुठेही जायची गरज नाही.''

निजामाला जिंकले

तेनालीरामने आपल्या हुशारीच्या जोरावर अनेक जटील प्रश्न सोडवण्यात राजाला मदत केली होती. तर त्याच्या विनोदबुद्धीने सर्वांनाच नेहमी रिझवले होते. अनेकदा त्याच्या प्रसंगावधानामुळे राज्याची अब्रू वाचली होती. त्यामुळे तो साहजिकच राजाच्या खास मर्जीतला होता.

एकदा राजा कृष्णदेवराय हैद्राबादच्या निजामाकडे काही कामानिमित्त गेला होता. तेव्हा गप्पांच्या ओघात राजाने तेनालीरामची खूप स्तुती केली. त्याचा राजाला अभिमान होता. ते बघून निजाम राजाला म्हणाला, ''माझ्या दरबारात मी

लवकरच एक विद्वानांची सभा घेणार आहे. त्यात सहभागी व्हायला तेनालीरामला पाठवून द्या. आम्ही त्याची परीक्षा घेऊ.''

राजा कृष्णदेवरायने ते आनंदाने मान्य केलं.

मग राजा आपल्या राज्यात परत आला. आल्यावर त्याने तेनालीरामला बोलावून सांगितलं, ''तेनालीराम, तुला निजामाच्या दरबारात विद्वानांच्या सभेत हजर व्हायचं आहे. तिथे सगळेजण तुला वेगवेगळ्या विषयांवर प्रश्न विचारतील आणि तुझी परीक्षा घेतील. तू परीक्षेत उत्तीर्ण होऊन राज्याची मान उंच करावीस अशी माझी इच्छा आहे.''

तेनालीरामने राजाला नमस्कार करून आव्हान स्वीकारलं. ''महाराज, मी आपली मान खाली होऊ देणार नाही असं वचन देतो आणि तयारीला लागतो.''

घरी येता येता तो मनात विचार करायला लागला. तयारी तरी काय करणार? विद्वान काहीही प्रश्न विचारतील. पण आता प्रसंगाला तर सामोरे जावेच लागणार होते.

दुसऱ्या दिवशी राजाची आज्ञा घेऊन तेनालीराम जायला निघाला. मजल दरमजल करत तो हैद्राबादला जाऊन पोहोचला.

दुसऱ्या दिवशी निजामापुढे दरबारात हजर झाला. दरबार गच्च भरला होता. तेनालीरामबद्दल सगळ्यांनाच ऐकून माहीत होतं. त्यामुळे तो काय उत्तरं देतो हे ऐकायची लोकांना खूप उत्सुकता होती.

दरबारात विद्वानांची बैठक बसली. एकेकजण तेनालीरामला प्रश्न विचारायला लागला. सर्वांत आधी एका वृद्ध पंडिताने विचारलं, "पृथ्वीचा मध्य कुठे आहे?"

तेनालीराम म्हणाला, "मी बसलोय तिथेच महाशय. वाटल्यास आपण एक लांब दोरी घेऊन पृथ्वीला फेरी मारून या. माझी खात्री आहे, की शेवटी तुम्ही माझ्याजवळच याल."

मग दुसऱ्या विद्वानाने विचारलं, "देवाला जग निर्माण करायला किती दिवस लागले असतील?"

"सात." पटकन् तेनालीराम म्हणाला, "कारण सात दिवसांनी पुन्हा दुसरे सात दिवस येतात."

अशा प्रकारे अनेक प्रश्नांना त्याने पटापट उत्तरं दिली. लोक अचंबित झाले.

शेवटी एका विद्वानाने विचारलं, "समुद्रात एकूण किती पाणी असतं?"

तेनालीराम म्हणाला, "मी मोजून सांगेन तुम्हाला. फक्त तुम्ही काही वेळापुरत्या लाटा येणं बंद करायची व्यवस्था करा."

हे उत्तर ऐकल्यावर दरबारात हास्यस्फोट झाला. निजामही खो खो हसत म्हणाला, "तेनालीराम, आजपर्यंत तुझ्या हुशारीबद्दल ऐकून होतो. मात्र आज खात्रीच पटली. तू मला जिंकलंस. हे घे तुझं इनाम. एक हजार सुवर्णमुद्रा."

तेनालीरामने निरोप घेऊन परतीची वाट धरली. परत येऊन त्याने राजाला सर्व हकीकत सांगितली.

सर्व ऐकून राजाचा ऊर अभिमानाने भरून आला. त्याला मिठी मारून शाबासकी देत राजा म्हणाला, "तेनालीराम, तू राज्याची लाज राखलीस म्हणून तुला आमच्या तर्फेसुद्धा खास एक हजार सुवर्णमुद्रा भेट देतो."

बाबर हसला

तेनालीरामच्या हुशारीच्या, चातुर्याच्या कथा दूरदूर पोचल्या होत्या. राजा कृष्णदेवरायला बाबर बादशहा समकालीन होता. त्याचा दूत एकदा राजा कृष्णदेवरायाच्या दरबारात आला. त्याच्याकरवी बाबराने तेनालीरामला काही दिवस पाहुणचाराकरता बोलावले होते. राजाच्या परवानगीने तेनालीराम दिल्लीला जाऊन पोचला.

इकडे बादशहाने दरबारात सगळ्यांना सांगून ठेवले होते की तेनालीरामच्या कोणत्याही विनोदाला हसायचे नाही. पाहू तर खरं तो काय करतो ते!

त्याप्रमाणे दरबारात तेनालीरामने खूप किस्से, हकीकती, विनोद सांगितले पण सगळे लोक मख्खपणे बसून राहायचे. असे १५ दिवस गेले. तेनालीराम रोज प्रयत्न करून बघे. पण कुणावर काही परिणाम होईचना. तो हैराण झाला. काही कळेना.

पण तो चतुर होता. त्याने ओळखलं की बादशहा त्याची परीक्षा घेतोय.

रात्रभर विचार करून त्याने एक बेत आखला. दुसऱ्या दिवशी पहाटे बादशहा मशिदीतून नमाज पढून परत येत होता. त्याला एक जख्खड म्हातारा आपल्या थरथरत्या हातांनी जमीन उकरताना दिसला. त्याच्या शेजारी आंब्याच्या ५-६ कोयी पडल्या होत्या. बादशहा दिसताच तो सलाम करून उभा राहिला.

बादशहाने आश्चर्याने त्याला विचारलं, ''काय बाबा काय करताय?'' तो म्हणाला. ''आंब्याच्या कोयी पेरतोय. छान झाडं येतील. सुरेख फळं धरतील.''

बादशहा हसायला लागला, ''काय बाबा, एवढं वय झालं तरी मन भरलं नाही वाटतं अजून? तुमचं झाड उगवणार केव्हा, मोठं केव्हा होणार आणि त्याला फळं कधी येणार! इतकी वर्षं तुम्ही जिवंत राहणार आहात का?''

मान लवून तो म्हातारा म्हणाला, ''हुजूर, मी जिवंत नसलो तर काय झालं? माझी नातवंडं फळं खातील. मी ज्या झाडांची फळं आजवर खाल्ली ती झाडं मी कुठं लावली होती? माझ्या पूर्वजांनी लावली होती. मी तेच करतोय.''

हे उत्तर ऐकून बादशहा बाबर खूष झाला. सुवर्णमुद्रांनी भरलेली एक थैली त्याला देत म्हणाला, ''व्वा! तुमचे विचार फारच थोर आहेत.''

ती थैली आनंदाने घेत म्हातारा म्हणाला, ''आलमपनाह, दुसऱ्यांची कदर करणारा आपल्यासारखा बादशहा असताना माझ्यासारखी माणसं तयार होणारच. जसा राजा तशी प्रजा.''

हे ऐकून बादशहा आणखीनच खूष झाला. त्याला आणखी एक थैली देत म्हणाला, ''व्वा, व्वा! सुभानअल्ला!''

म्हातारा म्हणाला, ''हुजूर, पहा मी करत असलेले प्रयत्न वाया गेले नाहीत. या झाडाला जेव्हा कधी फळं लागतील तेव्हा लागतील. पण मला आजच आपल्या मेहेरबानीची गोड फळं चाखायला मिळत आहेत.''

हे ऐकून बादशहा खूष होऊन तिसरी थैली त्याला देणार तोच, त्याचा वजीर त्याच्या कानात कुजबुजला, ''माफी हुजूर. पण हा माणूस खूपच चतुर दिसतोय. आपण जर असंच याचं बोलणं ऐकत राहिलात आणि थैल्या देत राहिलात तर आपला सगळा खजिना खाली होईल.''

हे ऐकून बादशहा बाबर खो खो हसत सुटला आणि जायला वळला. तोच पाठीमागून त्या म्हाताऱ्याचा आवाज ऐकू आला, ''खाविंद, एकदा वळून तर पहा ना.''

बादशहा वळून बघतो तर काय, हातात नकली दाढी-मिशा घेऊन तेनालीराम उभा होता.

एका क्षणात सगळा प्रकार बादशहाच्या लक्षात आला. त्याला पुन्हा हसू फुटलं.

तेनालीरामचं मनापासून कौतुक करत त्याचे हात हातात घेत तो म्हणाला, ''तेनालीराम तुला मानलं आम्ही. तुझ्या चातुर्याला तोड नाही. तू खरंच तुमच्या राज्याचं भूषण आहेस.''

मग दरबार भरल्यावर बादशहाने त्याचा जाहीर सत्कार करून त्याला उंची उंची वस्तू भेट म्हणून दिल्या. मोठ्या सन्मानानं त्याची रवानगी विजयनगरला केली.

दिल्लीची हकीकत ऐकून राजा कृष्णदेवरायलाही आनंद झाला.

तो मनापासून म्हणाला, ''तेनाली तू खरंच आमचं भूषण आहेस. तू आमच्या राज्याची शान वाढवलीस.''

खास दरबार भरवून राजाने तेनालीरामचा यथोचित सत्कार केला.

चोख उत्तर

राजा कृष्णदेवरायच्या दरबारात नेहमी देशी-विदेशी विद्वान हजेरी लावायचे. तात्विक चर्चा व्हायच्या. वाद-विवाद व्हायचे.

एकदा असाच एक विद्वान लांबून आला होता. तो म्हणाला, "महाराज मी आपल्या राज्यातल्या विद्वानांबद्दल खूप ऐकून आहे. म्हणून मी मोठ्या आशेने आलो आहे. मला एका प्रश्नाचं समाधानकारक उत्तर हवंय. कुणीही उत्तर दिलं तरी चालेल."

राजा म्हणाला, "काय आहे तुमचा प्रश्न?"

तो विद्वान म्हणाला, "हे सगळं जग खोटं आहे. माया किंवा भास आहे म्हणतात. ते कशावरून?"

राजाने आपल्या दरबारातल्या पंडितांना उत्तर द्यायला सांगितलं.

राजगुरू म्हणाले, "आपल्या शास्त्रात जग खोटं आहे असं सांगितलंय."

याला बाकीच्या पंडितांनी दुजोरा दिला. सर्वांचं असं मत पडलं की आपल्या शास्त्रांत, वेदांत जे सांगितलंय ते खरंच आहे. शास्त्र खोटं असू शकत नाही.

पण हे सगळं काही त्या विद्वानाला पटेना. तो म्हणाला, "छे छे ! मला तुम्ही पुस्तकातले दाखले सांगू नका. मला रोजच्या जीवनातलं उदाहरण देऊन माझी खात्री पटवा."

हे ऐकून सगळे पंडीत एकमेकांकडे बघायला लागले. राजाने तेनालीरामला इशारा केला.

तेनालीराम उठून म्हणाला, ''महाराज मी आपल्याला समाधानकारक उत्तर देऊ शकतो. पण त्याआधी आपण माझ्या काही प्रश्नांची उत्तरं दिली पाहिजेत. भारतात हिमालय कुठे आहे?''

विद्वान म्हणाला, ''उत्तरेला.''

तेनालीरामने विचारलं, ''समजा तुम्ही तिबेटमध्ये आहात तर हिमालय कुठे असेल?''

''तिबेटच्या दक्षिणेला.'' तो विद्वान म्हणाला.

तेनालीराम पुढे म्हणाला, ''तुमचं तुमच्या वडील, भाऊ, बायको, मुलगा, मामा, आजी यांच्याशी नातं काय आहे सांगाल?''

विद्वान म्हणाला, ''मी वडिलांचा पुत्र आहे. भावाचा भाऊ, बायकोचा पती, मुलाचा पिता, मामाचा भाचा, आजीचा नातू आहे.''

तेनालीरामने विचारलं, ''आपल्याकडे जेव्हा सूर्य मावळून रात्र होते तेव्हा पाश्चिमात्य देशात काय होतं?''

विद्वान उत्तरला, ''तेव्हा त्या देशात सूर्य उगवून दिवस सुरू होतो.''

तेनालीराम हसत म्हणाला, ''आता खरं तर तुम्हीच तुमच्या प्रश्नाचं उत्तर दिलं आहे. सगळ्या गोष्टींचे संदर्भ सतत बदलत असतात. तुम्हाला तुमचे नातेवाईक वेगवेगळ्या नात्याने बोलावतात. मग त्यातलं खरं काय आहे? 'बदल हाच सत्य आहे.' कायमस्वरूपी टिकणारं असं काहीच नाही. आपण फक्त आपली काहीतरी समजूत करून घेत असतो.''

हे ऐकून तो विद्वान खूष होत म्हणाला, ''महाराज मी इतक्या जणांना हा प्रश्न विचारला पण माझं खरं समाधान आज झालं.''

राजा दरबाऱ्यांना उद्देशून म्हणाला, ''पाहिलंत! तेनालीरामने कशी आपल्या राज्याची शान वाढवली!''

दुर्मिळ ग्रंथ

एक विद्वान ब्राह्मण होता. तो ठिकठिकाणी जाऊन वादसभा घेत असे. वाद जिंकून मानपत्र घेऊन पुढे जात असे. आजपर्यंत त्याला कुणी हरवू शकलं नव्हतं. त्यामुळे त्याला खूप गर्व झाला होता.

त्याने विचार केला, 'आता विजयनगरला जावं. तिथे खूप मोठे-मोठे विद्वान आहेत म्हणे.' शिवाय तेनालीरामबद्दलही तो खूप ऐकून होता. त्याला जर हरवता आलं तर आपलं नाव सगळ्या देशभर होईल. या लालसेनं तो राजा कृष्णदेवरायकडे आला.

या विद्वानाचं नाव तसं सगळीकडे झालंच होतं. दरबारातल्या इतर विद्वानांना भीती वाटायला लागली की हा आपलं अर्धवट ज्ञान कदाचित उघडं पाडेल.

आपल्या राज्याचं नाव जातं की काय अशी राजाला काळजी वाटली.

सगळ्यांनी तेनालीरामला काहीतरी मार्ग काढायला सांगितला.

तेनाली म्हणाला, "काळजी करू नका. मी करतो काहीतरी."

वादाच्या दिवशी तेनालीराम एखाद्या विद्वान पंडितासारखा पोषाख करून धीर-गंभीरपणे

दरबारात आला. त्याच्या काखोटीला एक जाडजूड बाड होतं. कसलातरी गलेलठ्ठ ग्रंथ असावा तसं ते दिसत होतं.

आता आलेला पाहुणा पंडित आणि तेनालीराम वादासाठी समोरासमोर येऊन बसले. राजाला नमस्कार करून तेनालीरामने आपल्याकडचं बाड दोघांच्या मधे ठेवलं.

राजाने दोघांना वाद सुरू करायची आज्ञा केली.

तेनालीराम म्हणाला, "पंडितजी, आपण सर्वच शास्त्रांचं, पुराणांचं, वेदांचं अध्ययन केलं असेल ना? आम्ही आपलं नाव खूप ऐकून आहोत. आम्हां सर्वांना आपल्याबद्दल खूप आदर वाटतो."

हे ऐकून पंडित फारच फुशारला. छाती ताठ करून म्हणाला, "तुम्ही योग्यच ऐकलंय माझ्याबद्दल. असा एकही ग्रंथ नाही की ज्याचं मी अध्ययन केलेलं नाही. बोला कुठल्या विषयावर वाद घालायचा?"

तेनालीराम म्हणाला, "माझ्याकडे हा एक अत्यंत दुर्मिळ ग्रंथ आहे. त्यावरच आपण बोलू. म्हणजे त्या निमित्ताने एका वेगळ्या विषयावर आम्हां सर्वांना आपले मौलिक विचार ऐकायला मिळतील."

तो पंडित फुशारकी मारत म्हणाला, "तुम्ही नुसतं नाव सांगा ग्रंथाचं."

तेनालीरामने नाव सांगितलं, "तिलक्षता महिषा बंधना."

ते ऐकून पंडित गांगरला. 'हा कुठला ग्रंथ?' कधी नावसुद्धा ऐकलं नव्हतं त्याने. बिचारा चांगलाच बुचकळ्यात पडला. पण करतो काय? माहीत नाही म्हणावं तर अब्रू जाणार. मग क्षणात स्वत:ला सावरत म्हणाला, "ओहोहो! हा ग्रंथ! व्वा! छान निवड केलीत तुम्ही. पण मला जरा एक दिवसाचा अवधी मिळाला तर बरं होईल. कारण हा दुर्मिळ ग्रंथ वाचून मला कित्येक वर्षे लोटलीत. त्यामुळे रात्रभर बसून मी जरा सगळे मुद्दे आठवून लिहून काढीन. मग उद्या आपण पुन्हा वादाला बसू. चालेल ना?"

"हो, अगदी चालेल." तेनालीराम म्हणाला, "महाराजांचं काय मत आहे?"

महाराज म्हणाले, "ठीक आहे."

पंडित लगेच उठून आपल्या निवासस्थानाकडे परतला. मात्र दुसऱ्या दिवशी तो दरबारात आलाच नाही.

का काय? अहो तो रात्रीच पळून गेला होता. कारण तो ग्रंथ त्याने ना वाचला होता, ना त्याचं नाव ऐकलं होतं. सगळ्यांना हायसं वाटलं.

राजाने कुतूहलाने तेनालीरामला विचारलं, "अरे तेनाली, हा दुर्मिळ ग्रंथ तू कुठून मिळवलास? आम्हीसुद्धा कधी ऐकलं नाही त्याबद्दल. जरा सांग तरी त्यात काय लिहिलंय ते!"

तेनालीराम हसत म्हणाला, "महाराज, या दुर्मिळ ग्रंथाचं नाव मी तरी कुठं ऐकलंय."

"आँ!'

"म्हणजे?"

"कमाल झाली."

सगळ्यांनी चकित होऊन उद्गार काढले.

राजा म्हणाला, "अरे पण मग तू घेऊन आला होतास ते काय होतं?"

तेनालीराम हसून म्हणाला, "महाराज, अहो 'तिलक्षता महिषा बंधना' हे नाव मीच ठेवलं. तिलक्षता म्हणजे तिळाच्या झाडाच्या वाळलेल्या काड्या आणि महिषा बंधना म्हणजे म्हशीला बांधायची दोरी. माझ्याकडे एक तिळाच्या काड्यांची मोळी होती. ती मी दोरीनं बांधली होती. तोच गठ्ठा बासनात गुंडाळून आणला. झालं! कसला दुर्मिळ ग्रंथ आणि कसलं काय!"

तेनालीरामच्या या अजब उत्तरावर राजासकट सर्वांची करमणूक झाली.

गंधर्व नृत्य

एके दिवशी राजा कृष्णदेवरायच्या दरबारात एक काळा पोषाख घालून, गळ्यात चित्रविचित्र माळा घालून एक मनुष्य आला. तो राजाला म्हणाला, ''महाराज, मी कलकत्त्याचा मांत्रिक आहे. कालीमातेच्या कृपेने मला काही विद्या प्राप्त झाल्या आहेत. त्यायोगे मी आपल्याला प्रत्यक्ष गंधर्वांचं नृत्य-गायन दाखवू शकतो.''

''असं!'' राजाला आश्चर्य वाटलं. पण मनात कुतूहलही निर्माण झालं. प्रत्यक्ष गंधर्वांचं नृत्य-गायन बघण्याचा मोह काही आवरेना. मग राजाने त्याला ते दृष्य दाखवायला सांगितलं.

राजा म्हणाला, ''आम्ही आमच्या सोबत काही दरबाऱ्यांना आणि आमच्या तेनालीरामला घेऊन येऊ. चालेल ना!''

हे ऐकून तो मांत्रिक जरासा दचकला. घाम टिपत म्हणाला, ''हो हो, अवश्य. उद्या रात्री आपण गावाबाहेरच्या पडक्या वाड्यात भेटू.''

ठरल्याप्रमाणे दुसऱ्या दिवशी रात्री राजा दरबाऱ्यांना आणि तेनालीरामला घेऊन गावाबाहेरच्या पडक्या वाड्यात गेला.

तिथे मांत्रिक त्यांचे स्वागत करत म्हणाला, ''महाराजांनी आत येऊन बसावं. लवकरच गंधर्वांच्या नृत्यगायनाचा कार्यक्रम सुरू होईल.''

महाराज वाड्यात पाऊल टाकणार तोच तेनालीरामने टाळ्या वाजवल्या. त्याबरोबर अंधारातून पटापट सैनिक बाहेर आले. काहीजणांनी राजाभोवती कडं केलं. काहींनी त्या मांत्रिकाला बेड्या ठोकल्या. काही सैनिक धावतच आत गेले. आणि काही, आतल्या काही हत्यारबंद लोकांना बेड्या घालून बाहेर घेऊन आले.

हा सगळा प्रकार इतक्या वेगाने घडला की राजा आणि इतर दरबारी अक्षरश: अवाक् झाले.

थोड्या वेळाने भानावर येऊन राजाने विचारलं, "तेनालीराम हा काय प्रकार आहे?"

तेनालीराम म्हणाला, "महाराज हा कलकत्त्याचा मांत्रिक नसून आपल्या शत्रुराज्याचा सेनापती आहे. हे सगळे गंधर्व नसून त्याचे शिपाई आहेत. आपला घात करण्यासाठी हे सगळं खोटं नाटक करण्यात आलं होतं."

हे ऐकून राजा थक्क झाला. आपला जीव वाचवल्याबद्दल तेनालीरामला शाबासकी देत त्याने विचारलं, "पण तुला हे सगळं कसं कळलं?"

तेनालीराम म्हणाला, "महाराज, दरबारात जेव्हा तुम्ही आपल्या बरोबर आम्हां सर्वांना घेऊन इथे येण्याबद्दल बोललात तेव्हा हा मांत्रिक दचकला आणि घाम टिपायला लागला. तेव्हाच मला संशय आला. मग मी गुप्तहेरांकडून माहिती काढली. तेव्हा मला हा सगळा घातपाताचा प्रकार माहीत झाला."

राजाला तेनालीरामच्या सूक्ष्म निरीक्षणाचं आणि सावधानतेचं खूप कौतुक वाटलं.

चांदणी रात्र

एके दिवशी तेनालीराम राजाला म्हणाला, ''महाराज, काल रात्री शरदाचं सुंदर चांदणं पडलं होतं. पाहिलं असेल ना आपण? मी तर काल जंगलात घोड्यावरून एक रपेट मारून आलो. अहाहा! काय ते सौंदर्य! महाराज मी शब्दांत सांगू शकत नाही. तुम्ही माझ्याबरोबर आज याल का एक फेरफटका मारायला?''

राजा म्हणाला, ''हो. येऊ की!''

मग रात्री जेवणबिवण झाल्यावर राजा, तेनालीराम आणि एकदोन मंत्री, अंगरक्षक असा लवाजमा जंगलाकडे दौडत निघाला.

जंगलात पोहोचल्यावर एका जागी सगळेजण उभे राहिले. थोडावेळ कोणीच काही बोलेना.

मग राजा म्हणाला, ''तेनाली, खरंच, इतकं सुंदर दृष्य मी आजवर कधीच पाहिलं नव्हतं. आज तुझ्यामुळेच हा योग जुळून आला.''

तेवढ्यात कुठूनतरी खडाम्‌खडाम्‌ असा आवाज आला. सगळेजण आश्चर्यानं बघायला लागले. हळूहळू काही बैलगाड्यांची रांग त्यांच्या दिशेनं यायला लागली. अच्छा! हा आवाज बैलगाड्यांच्या चाकांचा होता तर!

राजाने आश्चर्यानं विचारलं, ''हा काय प्रकार आहे?''

तेनालीराम म्हणाला, ''पहा तर खरं!''

गाड्या जवळ आल्या. त्यात लाकडाचे ओंडके खचाखच भरलेले होते. चंदनाची लाकडं होती ती. साधीसुधी नव्हती !

राजाने त्या गाड्या थांबवून चौकशी केली.

एक गाडीवान खाली उतरून राजाला नमस्कार करत म्हणाला, ''महाराज, ही

लाकडं या जंगलातली झाडं तोडून आणलीयत. आम्हांला पोपटलाल शेठने हे काम दिलंय! आम्ही नदीकडे चाललोय. तिकडे ही लाकडं आम्ही तुंगभद्रेत लोटून देतो. मग वाहत ती शेजारच्या राज्यात जातात. शेठजी या ओंडक्यांचा व्यापार करतात.''

हे ऐकून राजा संतापाने लालबुंद झाला.

राजाच्या आज्ञेवरून सगळेजण दौडत नदीकाठी गेले. तिथे शेठजी उभे होतेच. शिपायांनी त्यांना धरून राजापुढे आणलं.

राजा कडाडला, ''लाज नाही वाटत बेईमानी करायला? सरळ सरळ चोरी आहे ही. याला तुरूंगात डांबा. उद्या बघू त्याच्याकडे.'' शेठजी गयावया करायला लागले.

तेनालीराम म्हणाला, ''महाराज याला विचारा ना, अजून कोण कोण सामील आहे या काळ्या धंद्यात.''

राजाने खडसावून विचारल्यावर शेठजींनी प्रधानजींकडे बोट केले. त्याबरोबर राजाला धक्काच बसला. प्रधानजींनी मान खाली घातली. राजाने तिथल्या तिथे त्याला बडतर्फ करून अटक करवली.

मग राजवाड्याकडे परत येत असताना राजा म्हणाला, ''तेनालीराम, खरं सांग, हे सगळं तुला आधीपासूनच माहीत होतं की नाही? मग आम्हाला का सांगितलं नाहीस?''

तेनालीराम म्हणाला, ''महाराज मला माहीत होतं ही गोष्ट खरी पण यात गुंतलेले लोक सामान्य नव्हते. त्यामुळे चोराला प्रत्यक्ष मुद्देमालासकट तुमच्यापुढे उभं करावं यासाठीच मी हा सहलीचा बेत ठरवला.''

राजा प्रसन्न हसत म्हणाला, ''तेनाली, तुझी हुशारी आणि ही चांदणी रात्र आम्ही कधीच विसरणार नाही!''

चोरावर मोर

एकदा विजयनगरमधे एक उत्तम चित्रकार आला. राजा कृष्णदेवरायला कलेची आणि सौंदर्याची पारख होती. त्यामुळे तो कलाकारांना नेहमीच प्रोत्साहन देत असे.

हा चित्रकार मोठ्या आशेने इथे आला. त्याची सुंदर सुंदर चित्रं पाहून राजा खूष झाला. मग त्याने त्याच्याकडून स्वत:चे तैलचित्र बनवून घेतले. ते इतके सुंदर झाले की जणू काही राजा स्वत:च समोर आहे असं वाटत होतं.

राजा प्रसन्न झालेला पाहून चित्रकाराने त्याच्या राजवाड्याची खूप स्तुती केली. आणि त्याने राजवाड्यात सर्वत्र फिरून चित्रं काढायची परवानगी मागितली. राजाने त्याला तशी परवानगी दिली.

त्यानंतर काही दिवस तो चित्रकार मुक्तपणे राजवाड्यात कुठेही फिरताना आणि चित्रं काढताना दिसायचा. त्याचं काम पूर्ण झाल्यावर त्याने चित्रांचं एक प्रदर्शन भरवलं. त्याचं कौशल्य बघून जो तो चकित होत होता.

राजाने अत्यंत आनंदाने त्या चित्रकाराचा सत्कार केला. त्याला भरपूर भेटवस्तू दिल्या.

चित्रकार खुषीत आपल्या निवासाच्या जागी परत गेला. दुसऱ्या दिवशी तो विजयनगरमधून सकाळी निघून जाणार होता.

दुसऱ्या दिवशी सकाळी उठून तो पाहतो तर काय! त्याची सगळी चित्रं आणि रंगकामाचं साहित्य चक्क चोरीला गेलं होतं. त्याला धक्काच बसला. धावत धावत तो राजाकडे गेला. राजालाच दोष देऊ लागला. विजयनगरला नावं ठेवायला लागला.

राजालाही कसंतरीच वाटलं. तो संतापून शिपायांना म्हणाला, ‘‘जा रे ताबडतोब त्या चोराला माझ्यापुढे लवकर शोधून आणा.’’

तेनालीराम झटकन उठून म्हणाला, ‘‘महाराज त्याची गरज नाही. चोर इथेच बसलाय.’’

‘‘इथेच आहे? कुठे?’’ राजाने विचारलं.

‘‘मीच तो चोर.’’

‘‘काय बोलतोस तेनाली? तू चोरलीस याची चित्रं? आणि का?’’ राजाने आश्चर्यानं विचारलं.

“क्षमा असावी महाराज, पण त्याला कारणही तसंच गंभीर होतं, तेनालीराम सांगायला लागला, “हा चित्रकार प्रत्यक्षात आपल्या शत्रुराज्यातला एक हेर आहे. चित्रं काढण्याच्या बहाण्याने याने आपल्या राजवाड्यात फिरून काना-कोपऱ्याची चित्रं काढून घेतली होती. शिवाय महत्त्वाच्या ठिकाणांचे नकाशेही बनवलेत. हे पहा.” असं म्हणून तेनालीरामने बाजूला ठेवलेली कागदाची भेंडोळी राजापुढे धरली.

ती पहाताच राजाचा संताप संताप झाला. आता चित्रकाराची काही धडगत नव्हती. तो थरथर कापत क्षमा मागायला लागला. राजाने शिपायांना आज्ञा दिली, “याला पकडा आणि याची खांडोळी करून टाका.”

मग तेनालीरामकडे वळून राजा म्हणाला, “तेनाली तू खरंच राज्याचा सच्चा रक्षक आहेस. आम्हाला तुझा अभिमान वाटतो.”

आजारी घोडे

विजयनगरमधल्या घोड्यांना अचानक काहीतरी चमत्कारिक आजार व्हायला लागला. लोक घाबरून गेले. मग ते भराभर आपले घोडे मिळेल त्या किमतीला विकून टाकायला लागले. चांगल्या जातीचे उत्तम दर्जाचे घोडे लोक अगदी कमी किंमतीला विकू लागले.

बातमी आणखी पसरली की घोड्यांची निगा राखणारे आणि त्यावर स्वार होणारे लोकही आजारी पडायला लागलेत. सगळीकडे नुसता हलकल्लोळ माजला.

ही बातमी कानी येताच राजाने आपल्या अश्वशाळेतल्या घोड्यांची पाहणी केली.

मोतद्दार म्हणाला, ''महाराज, आपले सगळे घोडे शाबूत आहेत. कुणालाही कसलाही आजार झालेला नाही.''

हे ऐकून राजा चकित झाला. त्याने तेनालीरामला चौकशी करायला सांगितलं, 'राज्यभर हा विचित्र आजार पसरलेला असताना फक्त राजाचेच घोडे तंदुरूस्त कसे काय राहिलेत?'

काही दिवसांनी तेनालीरामने शेजारच्या राज्यातल्या काही लोकांना पकडून राजापुढे हजर केलं. राजाने आश्चर्यानं विचारलं, "हे परके लोक आपल्या राज्यात काय करतायत?"

तेनालीराम म्हणाला, "महाराज अहो, बराच कट शिजवलेला दिसतोय. हे शेजारच्या राज्यातले हेर आहेत. आपल्या राज्यात घोड्यांच्या आजाराची खोटी अफवा पसरवून आपले उत्तम घोडे कमी किमतीत घेऊन स्वत:च्या राज्यात नेतायत."

राजा म्हणाला, "पण हा उपद्व्याप कशासाठी?"

तेनालीराम म्हणाला, "महाराज, आपले सैनिक आणि घोडे अतिशय उत्तम आहेत. त्यातले घोडे यांनी अशा रितीने पळवायला सुरवात केली आहे. घबराटीमुळे आपल्या सैनिकांचं नीतीधैर्य खचतंय. मग अचानक आपल्या राज्यावर हल्ला करून लुटायचा बेत आहे हा सगळा."

राजा हे ऐकून संतापाने लाल झाला. त्याने ताबडतोब त्या हेरांना फाशी देण्याचे आदेश दिले. घोड्यांची विक्री थांबवून सैनिकांना धीर दिला.

तेनालीरामला नेहमीप्रमाणेच बक्षीस मिळालंच. शिवाय राज्याचं त्याने रक्षण केल्याबद्दल खास शाबासकी मिळाली.

बहुरूपी

एक बहुरूपी कसबी कलाकार होता. कोणतेही सोंग तो हुबेहूब वठवत असे. पण तो अतिशय वस्ताद आणि हावरट सुद्धा होता. राजा कृष्णदेवराय कलाकारांना चांगली बक्षिसी देतो हे त्याला माहीत होतं. पण त्याला राजाकडून खूप बक्षिसं उकळायची इच्छा होती.

एके दिवशी त्याने राजाला आपला सोंगांचा कार्यक्रम दाखवला. राजा खूप खूष होऊन म्हणाला, ''व्वा ! मजा आली. तुझ्या कलेवर आम्ही प्रसन्न आहोत. तुला काय बक्षीस हवं सांग. हवं ते विनासंकोच मागून घे.''

यावर बहुरूपी खोट्या विनयाचा आव आणत म्हणाला, ''महाराज आपण फार उदार आहात. मला असं इनाम द्या की मला मनापासून आनंद होईल.''

राजाने त्याला थैली भरून सुवर्णमुद्रा दिल्या. पण बहुरूप्याला काही आनंद झालेला दिसला नाही. मग राजाने मोत्याचा कंठा दिला. पण अजूनही त्याच्या चेहऱ्यावर आनंद दिसेना. अजून दोन भेटी देऊन बघितल्या. पण छे! याची कळी काही खुलेचना.

राजा अस्वस्थ झाला. एका बहुरूप्याला यापेक्षा अधिक काय द्यायचं? बरं न द्यावं तर पत जाते. मग त्याने तेनालीरामकडे पाहिलं.

राजाची समस्या लक्षात घेऊन तेनालीराम म्हणाला, ''महाराज, मला वाटतं एवढ्या मोठ्ठया कलाकाराची लगेच बोळवण करण्यापेक्षा चार दिवस आपण आदरातिथ्य करावं. मग बक्षिसांचं बघू.''

राजानं ओळखलं की तेनालीरामच्या मनात काहीतरी योजना दिसतेय. त्याने ताबडतोब संमती दिली.

तेनालीरामने 'मोठ्ठा कलाकार' म्हणल्यामुळे बहुरूपी हुरळून गेला. बक्षिसाच्या आशेने अतिथीगृहात रहायला गेला. तिथे त्याची चांगली बडदास्त ठेवल्यामुळे तो चांगला चैनीत राहत होता.

तेनालीरामला त्याचा लोभीपणा मुळीच आवडला नव्हता. त्याने कलाकाराला धडा शिकवायचं ठरवलं.

दोन-तीन दिवसांतच अशी संधी चालून आली. राजाला पुत्रप्राप्ती झाली. तेनालीराम लगबगीने अतिथिगृहात गेला. बहुरूप्याला म्हणाला, "चला चला लवकर राजवाड्यात चला. राजेसरकारांना पुत्रप्राप्ती झाली आहे. खास सोहळा आहे."

बहुरूपी लगेच तयार होऊन गेला. त्याला वाटलं व्वा! आज चंगळ होणार.

राजवाड्यात मंडळींची गर्दी होती. जिकडे तिकडे उत्साहाचं, आनंदाचं वातावरण होतं. सर्वजण एकेक करून राजाला भेटून अभिनंदन करत होते. राजा त्यांना पेढे देत होता.

पेढा घेताना प्रत्येक जण तेनालीरामने शिकवून ठेवल्याप्रमाणे वाकून म्हणत होता, ''महाराज मला फार फार आनंद झाला आहे.''

आता बहुरूप्याची पाळी आली. त्यानेही राजाचं अभिनंदन केलं. राजाने हसून त्याला पेढे दिले. त्याबरोबर तेनालीराम त्याला म्हणाला, ''काय मग, आपल्यालाही आज फार फार आनंद झाला असेल नाही?''

आता आली का पंचाईत! आनंद झाला नाही म्हणावं तरी पंचाईत, झाला म्हणावं तरी पंचाईत! मुकाट्याने त्याने 'हो हो फार फार आनंद झाला महाराज.' असं म्हणून पेढे घेऊन काढता पाय घेतला.

तेनालीराम आणि राजा एकमेकांकडे बघून मिष्कीलपणे हसले.